ಅದ್ಭುತ ಥ್ರಿಲ್

HORRUIT

ರಘು

Copyright © Raghu
All Rights Reserved.

ISBN 978-1-63940-604-3

This book has been published with all efforts taken to make the material error-free after the consent of the author. However, the author and the publisher do not assume and hereby disclaim any liability to any party for any loss, damage, or disruption caused by errors or omissions, whether such errors or omissions result from negligence, accident, or any other cause.

While every effort has been made to avoid any mistake or omission, this publication is being sold on the condition and understanding that neither the author nor the publishers or printers would be liable in any manner to any person by reason of any mistake or omission in this publication or for any action taken or omitted to be taken or advice rendered or accepted on the basis of this work. For any defect in printing or binding the publishers will be liable only to replace the defective copy by another copy of this work then available.

ಪರಿವಿಡಿಗಳು

1. ಕೋಲ್ಡ್ ಬ್ಲಡ್ — 1
2. ಹ್ಯಾಲೋವೀನ್ — 7
3. ಬಲವಾದ — 15
4. ಸಾವಿನ ಅನಿವಾರ್ಯತೆ — 21

1

ಕೋಲ್ಡ್ ಬ್ಲಡ್

“ಅವರು ನಿಮಗಾಗಿ ಇಲ್ಲಿದ್ದಾರೆ.”

ನನ್ನ ಎದೆ ಬಿಗಿಯಾಯಿತು. ನಾನು ಮಾರ್ಗದರ್ಶನಕ್ಕಾಗಿ ನನ್ನ ತಾಯಿಯನ್ನು ನೋಡಿದೆ.

"ನೀವು ನನ್ನೊಂದಿಗೆ ಬರಬೇಕು."

ಅವಳು ನನ್ನ ಕೈ ಹಿಡಿದು ಬಾಗಿಲಿನ ಕಡೆಗೆ ಎಳೆದಳು. ಅವಳು ನಿಧಾನವಾಗಿ ಬೀಗವನ್ನು ಬಿಚ್ಚುತ್ತಿದ್ದಂತೆ ಅವಳ ಕೈಗಳು ನಡುಗುತ್ತಿರುವುದನ್ನು ನಾನು ನೋಡಿದೆ. ನಾವು ಹೊರಗೆ ಓಡಿ ಬೂದು ಬಣ್ಣದ ಮಿನಿವ್ಯಾನ್‌ಗ ಹಾರಿದೆವು.

ನಮ್ಮ ಮನೆಯ ಮೇಲಿರುವ ಆಕಾಶವು ಕತ್ತಲೆಯಾಗಿತ್ತು ಮತ್ತು ಅಶುಭವಾಗಿತ್ತು. ಗಾಳಿ ನಿಧಾನವಾಗಿ ವೇಗವಾಗಲು ಪ್ರಾರಂಭಿಸಿದಾಗ ಭಾರೀ ಮೋಡಗಳು ಮಳೆಗೆ ಭರವಸೆ ನೀಡಿತು. ಒಂದೇ ನಕ್ಷತ್ರವನ್ನು ನೋಡಲಾಗಲಿಲ್ಲ.

ನಾವು ಡ್ರೈವಾಲ್ನಿಂದ ಹೊರಬಂದು ಚಾಲನೆ ಮಾಡಲು ಪ್ರಾರಂಭಿಸಿದ್ದೇವೆ. ನಾನು ಕಿಟಕಿಯಿಂದ ಹೊರಗೆ ನೋಡಿದೆ ಆದರೆ ಏನೂ ಕಾಣಲಿಲ್ಲ. ನಾನು ಅಸ್ಥಿರ ಮತ್ತು ತಲೆತಿರುಗುವಿಕೆ ಹೊಂದಿದ್ದೆ.

“ಏಪ್ರಿಲ್...” ಅವಳು ಹೇಳಲು ಪ್ರಾರಂಭಿಸಿದಳು. ನಾನು ಅವಳತ್ತ ನೋಡಿದೆ. ನನಗೆ ಸತ್ಯ ಹೇಳಬೇಕೆಂದು ನನ್ನ ಕಣ್ಣುಗಳು ಅವಳನ್ನು ಬೇಡಿಕೊಂಡವು.

ಅವಳು ನನ್ನೊಂದಿಗೆ ಒಂದು ಸೆಕೆಂಡ್ ಮಾತ್ರ ಕಣ್ಣಿನ ಸಂಪರ್ಕವನ್ನು ಮಾಡಿಕೊಂಡಳು ಮತ್ತು ನಂತರ ಆಳವಾದ ಉಸಿರನ್ನು ತೆಗೆದುಕೊಂಡಳು. "ನೀವು ಸತ್ಯವನ್ನು ತಿಳಿದುಕೊಳ್ಳುವ ಸಮಯ ಇದು."

ಗಡಿಯಾರ ರಾತ್ರಿ 11:59 ರಿಂದ 12:00 ಕ್ಕೆ ಬದಲಾಗಿದೆ. ಮಾಟಗಾತಿ ಗಂಟೆ. ಒಂದು ಗಂಟೆ ಮೊದಲು ಇಬ್ಬರು ಮಹಿಳೆಯರು ಹತಾಶವಾಗಿ ತಪ್ಪಿಸಿಕೊಂಡಿದ್ದರು. ಅಥವಾ ಅವರು ಇದ್ದಾರೆಯೇ...?

ನಾನು ಗೊರಕೆ ಮತ್ತು ಗೊಂದಲಕ್ಕೊಳಗಾಗಿದ್ದೆ. ಚಂದ್ರನು ಅಲ್ಪ ಪ್ರಮಾಣದ ಬೆಳಕನ್ನು ಮಾತ್ರ ನೀಡಿದನು. ನೆರಳುಗಳು ಕೋಣೆಯ ಮೂಲೆಗಳಲ್ಲಿ ತಣ್ಣಗಾದ, ಕಪ್ಪು ಹಾಳೆಗಳನ್ನು ಹೊದಿಸಿದಂತೆ ಕಾಣುತ್ತದೆ. ನಾನು ನನ್ನ ಕಡೆ ತಿರುಗಿ ಮತ್ತೆ ನಿದ್ರೆಗೆ ಜಾರಿದೆ.

"ಹಾಗಾದರೆ ಅದು ?! ನನ್ನ ಇಡೀ ಜೀವನವನ್ನು ಹೇಳಲು ನನಗೆ ನೀವು ತಲೆಕೆಡಿಸಿಕೊಳ್ಳಲಿಲ್ಲವೇ ?! "

"ನೀವು ಚಿಂತೆ ಮಾಡುವುದು ನನಗೆ ಇಷ್ಟವಿರಲಿಲ್ಲ. ನಾನು ಯಾವಾಗಲೂ ಎಲ್ಲವನ್ನೂ ನಿಯಂತ್ರಣದಲ್ಲಿಟ್ಟುಕೊಂಡಿದ್ದೇನೆ. "

"ತಂದೆಯ ಹುಚ್ಚು, ಅನ್ಯ, ಶತ್ರುಗಳು ನನ್ನ ನಂತರ ಬರುತ್ತಿದ್ದಾರೆ ಎಂದು ತಿಳಿಯಲು ನನಗೆ ಹಕ್ಕಿದೆ ಎಂದು ನಾನು ಭಾವಿಸುತ್ತೇನೆ ಏಕೆಂದರೆ ನಾನು ಅಧಿಕಾರಗಳೊಂದಿಗೆ ಒಂದು ರೀತಿಯ ವಿಲಕ್ಷಣ!"

"ನಾನು ನಿಮಗೆ ಹೇಳುವವನಾಗಿರಬೇಕಾಗಿಲ್ಲ! ಅವನು! ಹೇಗಾದರೂ ಇದು ಅವನ ತಪ್ಪು! "

ಅಮ್ಮ ಯಾಕೆ ಅಪ್ಪನ ಬಗ್ಗೆ ಮಾತನಾಡಲು ಇಷ್ಟಪಡುವುದಿಲ್ಲ ಎಂದು ನನಗೆ ಇದ್ದಕ್ಕಿದ್ದಂತೆ ಅರ್ಥವಾಯಿತು. ಅವಳು ಅವನ ಮೇಲೆ ಕೋಪಗೊಂಡಳು. ಅವಳು ಹೇಳಿದ ಎಲ್ಲಾ ಹುಚ್ಚುತನದ ಸಂಗತಿಗಳು ನಿಜವಾಗಿದ್ದರೆ, ಅವನು ನಮ್ಮನ್ನು ಅಪಾಯಕ್ಕೆ ಸಿಲುಕಿಸುತ್ತಾನೆಂದು ಭಾವಿಸಿದ್ದರಿಂದ ಅವನು ನಮ್ಮನ್ನು ತೊರೆದನು. ಆದರೆ, ನಂತರ ನಾವು ಅವನಿಂದ ಮತ್ತೆ ಕೇಳಲಿಲ್ಲ. ಈಗ ನಾವು ಈ ಪರಿಸ್ಥಿತಿಯನ್ನು ನಮ್ಮದೇ ಆದ ರೀತಿಯಲ್ಲಿ ಎದುರಿಸಲು ಉಳಿದಿದ್ದೇವೆ.

"ನನಗೆ ಅರ್ಥವಾಗುತ್ತಿಲ್ಲ..." ನಾನು.

ನನ್ನ ತಾಯಿ ನಿಟ್ಟುಸಿರು ಬಿಟ್ಟಳು. "ನಿಮ್ಮ ತಂದೆಗೆ ವಿಚಿತ್ರ ಶಕ್ತಿಗಳಿದ್ದವು. ಅವನಿಗೆ ಸಾಧ್ಯವಾಯಿತು... ಕೆಲಸಗಳನ್ನು ಮಾಡಬಹುದು... ಬೇರೆ ಯಾರಿಗೂ ಸಾಧ್ಯವಾಗಲಿಲ್ಲ. ಆದರೆ ಅವನ ಇಡೀ ಜೀವನವು ಕೆಲವು ವಿಚಿತ್ರ ಜನರು ಅವನನ್ನು ಹುಡುಕುತ್ತಿದ್ದರು. ಅವರು ಹೊರಡುವ ಕೆಲವು ವರ್ಷಗಳ ಮೊದಲು, ಈ ಜನರು ಮನುಷ್ಯರಲ್ಲ ಎಂದು ನಿಮ್ಮ ತಂದೆ ಕಂಡುಹಿಡಿದರು. ಅವರು ಭೂಮಿಯಿಂದ ಕೂಡ ಇರಲಿಲ್ಲ. ಅವರು 'ನಮ್ಮನ್ನು ಸುರಕ್ಷಿತವಾಗಿಡಲು'

ಹೊರಟರು, "ನನ್ನ ತಾಯಿ ಕಹಿಯಾದ ನಗುವಿನೊಂದಿಗೆ ಹೇಳಿದರು. "ಆದರೆ ಈಗ ಅವರು ನಿಮ್ಮ ನಂತರ ಇದ್ದಾರೆ ಏಕೆಂದರೆ ನೀವು ಸಹ ವಿಭಿನ್ನರಾಗಿದ್ದೀರಿ."

"ಆದರೆ ನಾನು ಏನು ಮಾಡಬಹುದು?" ನಾನು ಕೇಳಿದೆ.

ಇದ್ದಕ್ಕಿದ್ದಂತೆ ಏನೋ ಕಾರಿನ ಮುಂದೆ ಇಳಿಯಿತು. ನನ್ನ ತಾಯಿ ಬ್ರೇಕ್ ಹೊಡೆದರು ಮತ್ತು ಬದಿಗೆ ತಿರುಗಿದರು. ಕಾರು ನಿಲ್ಲುವಂತೆ ನಾನು ಕಿರುಚಿದೆ. ನಾನು ಕಿಟಕಿಯಿಂದ ಹೊರಗೆ ನೋಡಿದಾಗ, ಎರಡು ಹೊಳೆಯುವ ಕಣ್ಣುಗಳು ಮಂಜಿನ ಮೂಲಕ ನನ್ನತ್ತ ಹಿಂತಿರುಗಿ ನೋಡುತ್ತಿದ್ದವು.

ನಾನು ಒಂದು ಎಚ್ಚರದಿಂದ ಎಚ್ಚರವಾಯಿತು. ನಾನು ಸುತ್ತಲೂ ನೋಡಿದೆ. ನನ್ನ ಕೋಣೆ. ಅಫ್ಟೆರಾಲ್ ಇದು ಕೇವಲ ಕನಸು. ಬಹಳ ವಿಚಿತ್ರವಾದ, ವಿವರವಾದ ಕನಸು. ಆದರೆ ಇನ್ನೂ ಒಂದು ಕನಸು... ಸರಿ?

ನಾನು ಹಾಸಿಗೆಯಿಂದ ಎದ್ದು, ನನ್ನ ನಿಲುವಂಗಿಯನ್ನು ಎಳೆದುಕೊಂಡು ಕೆಳಗಡೆ ನಡೆದಿದ್ದೇನೆ. ನಾನು ಒಂದು ಲೋಟ ನೀರು ಸುರಿದು ಬೇಗನೆ ಕುಡಿಯುತ್ತಿದ್ದೆ. ನಾನು ಕಿಟಕಿಯ ಮೇಲೆ ನಡೆದು ಹೊರಗೆ ನೋಡಿದೆ. ನಮ್ಮ ನೆರೆಹೊರೆಯ ಮೇಲೆ ಬಿರುಗಾಳಿಯ ಮೋಡಗಳು ರೂಪುಗೊಳ್ಳಲು ಪ್ರಾರಂಭಿಸುತ್ತಿದ್ದವು. ನಾನು ನಿಟ್ಟುಸಿರುಬಿಟ್ಟು ಮತ್ತೆ ಮೇಲಕ್ಕೆ ನಡೆದಿದ್ದೇನೆ.

ಇದು ವಿಚಿತ್ರವಾಗಿತ್ತು. ನಾನು ಮೊದಲಿಗಿಂತ ಹೆಚ್ಚು ದಣಿದಿದ್ದೇನೆ. ನಾನು ಸಾಕಷ್ಟು ದೈಹಿಕ ಚಟುವಟಿಕೆಯನ್ನು ಮಾಡುತ್ತಿದ್ದೇನೆ ಎಂದು ಭಾವಿಸಿದೆ. ನಾನು ಖಂಡಿತವಾಗಿಯೂ ಇರಲಿಲ್ಲ. ನಾನು ಮಲಗಿದ ಕೂಡಲೇ ನಾನು ನಿದ್ದೆ ಮಾಡುತ್ತಿದ್ದೆ.

ಇದ್ದಕ್ಕಿದ್ದಂತೆ ಎಲ್ಲಾ ದೀಪಗಳು ಕಾರಿನಲ್ಲಿ ಹೊರಟುಹೋದವು. ಕಾರು ಸಂಪೂರ್ಣವಾಗಿ ಸತ್ತುಹೋಯಿತು. ನಾವು ಪಿಚ್ ಕಪ್ಪು ಬಣ್ಣಕ್ಕೆ ತಳ್ಳಲ್ಪಟ್ಟಿದ್ದೇವೆ. ನಂತರ ಕಪ್ಪು ಹಲಗೆಯ ವಿರುದ್ಧ ಉಗುರುಗಳು ಕೆರೆದುಕೊಳ್ಳುವ ಶಬ್ದ ಬಂದಿತು.

ನಾನು ಕಿರುಚುವುದನ್ನು ತಡೆಯಲು ಪ್ರಯತ್ನಿಸುತ್ತಿದ್ದೇನೆ. ಈಗ ಭಾರೀ ಹಾಳೆಗಳಲ್ಲಿ ಮಳೆ ಬರುತ್ತಿತ್ತು. ಇದು ವಿಂಡ್ ಷೀಲ್ಡ್ ಅನ್ನು ಜಲಪಾತದಂತೆ ಓಡಿಹೋಯಿತು.

“ಅಮ್ಮಾ...” ನಾನು ಪಿಸುಗುಟ್ಟಿದೆ.

"ಕಾರಿನಿಂದ ಇಳಿದು ಓಡಿ."

“ಆದರೆ”

“ಅದನ್ನು ಮಾಡಿ!”

"ಏಕೆ?"

"ನಾನು ಹಾಗೆ ಹೇಳಿದ್ದರಿಂದ! ಈಗ ಹೋಗು!" ನನ್ನ ತಾಯಿ ಕೂಗಿದರು. ಎತ್ತರದ ಪಿಚ್ ಸ್ಕ್ರೀಚ್‌ನಿಂದ ಅವಳು ಉತ್ತರಿಸಿದಳು.

ನಾನು ಬಾಗಿಲು ತೆರೆದು ಬೋಲ್ಟ್ ಹಾಕಿದೆ.

_____

ನಾನು ಕಣ್ಣು ತೆರೆದಾಗ ನಾನು ನನ್ನ ತಾಯಿ, ತಂದೆ ಮತ್ತು ನನ್ನ ಚಿತ್ರವನ್ನು ನೋಡುತ್ತಿದ್ದೆ. ನನ್ನ ನೆನಪಿನಲ್ಲಿ ಅವನ ಮುಖ ಇತ್ತು. ನಾನು ಪ್ರತಿ ವಿವರವನ್ನು ತಿಳಿದಿದ್ದೆ. ಅವನು ಅದನ್ನು ಹಿಂತಿರುಗಿಸಿದರೆ ನಾನು ಅವನನ್ನು ದೃಷ್ಟಿಗೋಚರವಾಗಿ ಗುರುತಿಸುತ್ತೇನೆ.

ನನ್ನ ಕನಸು ನನ್ನನ್ನು ಮತ್ತೆ ಅವನ ಬಗ್ಗೆ ಯೋಚಿಸುವಂತೆ ಮಾಡಿತು. ನಾನು ನಿಟ್ಟುಸಿರುಬಿಟ್ಟು ಮತ್ತೆ ನಿದ್ರೆಗೆ ಹೋದೆ.

_____

ನಾನು ರಸ್ತೆಯ ಬದಿಯಲ್ಲಿರುವ ಕಾಡಿಗೆ ಓಡಿದೆ. ನಾನು ಎಲ್ಲಿಗೆ ಹೋಗುತ್ತಿದ್ದೇನೆ ಎಂದು ಯೋಚಿಸುವುದನ್ನು ನಾನು ನಿಲ್ಲಿಸಲಿಲ್ಲ. ನನ್ನ ಜೀವನವು ಅದರ ಮೇಲೆ ಅವಲಂಬಿತವಾಗಿದೆ ಎಂದು ನಾನು ಓಡಿದೆ. ಇದು ಬಹುಶಃ ಮಾಡಿದೆ.

ನಾನು ಎಲ್ಲಿಗೆ ಹೋಗುತ್ತಿದ್ದೇನೆ ಎಂದು ನಾನು ನೋಡಲಿಲ್ಲ. ನನ್ನ ಕಾಲು ಬೇರಿನ ಮೇಲೆ ಸೆಳೆಯಿತು ಮತ್ತು ನಾನು ಮೇಲೆ ಬಿದ್ದೆ. ನಾನು ನೆಲವನ್ನು ಹೊಡೆಯುವ ಮೊದಲು ತಣ್ಣನೆಯ ಕೈಗಳು ನನ್ನ ಭುಜಗಳನ್ನು ವಶಪಡಿಸಿಕೊಂಡವು.

_____ ಗಾಳಿ

ನಾನು ಎಚ್ಚರಗೊಂಡುತುಂಬಿದೆ. ತಣ್ಣನೆಯ ಬೆರಳುಗಳು ನನ್ನ ಚರ್ಮಕ್ಕೆ ಅಗೆಯುವುದನ್ನು ನಾನು ಅನುಭವಿಸಬಹುದು ಎಂದು ನಾನು ಪ್ರಮಾಣ ಮಾಡಬಹುದಿತ್ತು. ನಾನು ನನ್ನ ಸ್ಥಾನವನ್ನು ಬದಲಾಯಿಸಿ ಕಣ್ಣು ಮುಚ್ಚಿದೆ.

_____

ನಾನು ಕಿರುಚಿದೆ ಮತ್ತು ಹೆಣಗಾಡಲು ಪ್ರಯತ್ನಿಸಿದೆ.

ಆದರೆ ನಂತರ ನಾನು ಅನೇಕ ವರ್ಷಗಳಲ್ಲಿ ಕೇಳದ ಧ್ವನಿಯನ್ನು ಕೇಳಿದೆ. "ಶಾಂತ. ಇದು ನಾನು, ನಿಮ್ಮ ತಂದೆ. ಹೆಣಗಾಡಬೇಡಿ, ನಾವು ನಿಮ್ಮ ತಾಯಿಯನ್ನು ಹುಡುಕಬೇಕಾಗಿದೆ."

ನಾನು ಮುಕ್ತವಾಗಿ ಮುರಿದು ಅವನತ್ತ ನೋಡಿದೆ. ಅದು ನಿಜವಾಗಿಯೂ ಅವನೇ ಎಂದು ನನಗೆ ತಕ್ಷಣ ತಿಳಿದಿತ್ತು. ಅವನು ತನ್ನ ತುಟಿಗಳಿಗೆ ಒಂದು

ಬೆರಳನ್ನು ಹಾಕಿ ನನಗೆ ಸೂಚಿಸಿದನು. ನಾನು ಅವನನ್ನು ಮರಗಳ ಮೂಲಕ ಹಿಂಬಾಲಿಸಿದೆ. ನಾವು ಗದ್ದಲವನ್ನು ಕೇಳಿದೆವು ಮತ್ತು ಸುತ್ತಲೂ ಚಾವಟಿ ಮಾಡಿದೆವು.

ನನ್ನ ತಾಯಿ ನಮ್ಮ ಕಡೆಗೆ ಚಾರ್ಜ್ ಮಾಡಲು ಬಂದರು. ಅವಳು ನಮ್ಮನ್ನು ನೋಡಿದಾಗ ಅವಳು ನಿಲ್ಲಿಸಿದಳು ಮತ್ತು ಒಂದು ಸೆಕೆಂಡ್ ನಾವೆಲ್ಲರೂ ಒಬ್ಬರನ್ನೊಬ್ಬರು ನೋಡುತ್ತಿದ್ದೆವು.

"ಟ್ರಿಶ್..." ನನ್ನ ತಂದೆ ಹೇಳಲು ಪ್ರಾರಂಭಿಸಿದರು.

ನನ್ನ ತಾಯಿ ಮೇಲಕ್ಕೆ ನಡೆದು, ಅವನ ಮುಖಕ್ಕೆ ಕಪಾಳಮೋಕ್ಷ ಮಾಡಿ, ನನ್ನ ಕೈಯನ್ನು ಹಿಡಿದು ನನ್ನನ್ನು ಎಳೆದರು.

"ಟ್ರಿಶ್, ಅವರ ದೌರ್ಬಲ್ಯ ಏನು ಎಂದು ನನಗೆ ತಿಳಿದಿದೆ. ಅವರು ತಣ್ಣಗಾಗಲು ಸಾಧ್ಯವಿಲ್ಲ. ನಾವು ಉತ್ತರಕ್ಕೆ ಹೋಗಬೇಕು."

"ನಂತರ ನಾವು ಉತ್ತರಕ್ಕೆ ಹೋಗುತ್ತೇವೆ" ಎಂದು ಅವಳು ಸುರುಳಿಯಾಗಿ ಉತ್ತರಿಸಿದಳು. "ಏಪ್ರಿಲ್ ಕರೆ ಮಾಡಿ."

ನಾನು ಸುತ್ತಲೂ ನೋಡಿದಾಗ ಮೂರು ಜೋಡಿ ಹೊಳೆಯುವ ಕಣ್ಣುಗಳು ನನ್ನನ್ನು ನೋಡುತ್ತಿವೆ. ನಾನು ಕಿರುಚಿದೆ.

ನಾನು ಎಚ್ಚರವಾದಾಗ ನನ್ನ ಧ್ವನಿ ಗಟ್ಟಿಯಾಗಿತ್ತು. ನನ್ನ ರಕ್ತ ತಣ್ಣಗಾಯಿತು. ಅಲ್ಲ. ಒಂದುಕನಸಿನ

ನನ್ನ ಮಲಗುವ ಕೋಣೆಯ ಬಾಗಿಲು ತೆರೆದಿದೆ ಮತ್ತು ನನ್ನ ತಾಯಿಯ ಸಿಲೂಯೆಟ್ ಅಲ್ಲಿ ನಿಂತಿರುವುದನ್ನು ನಾನು ನೋಡಿದೆ.

"ಅವರು ನಿಮಗಾಗಿ ಬರುತ್ತಿದ್ದಾರೆ."

ನನಗೆ ಹಠಾತ್ ಡಿಜೊ ವು ಹೊಡೆದರು ಮತ್ತು ನನ್ನ "ಶಕ್ತಿ" ಏನೆಂದು ಅರಿತುಕೊಂಡೆ.

ನಾನು ಸರಿಯಾಗಿದ್ದರೆ... ಆಗ ನಾವು ಹೊರಡಬೇಕಿತ್ತು. ಈಗ.

ಅದ್ಭುತ ಥ್ರಿಲ್

2

ಹ್ಯಾಲೋವೀನ್

ನಾನು ಜನಪ್ರಿಯ ವ್ಯಕ್ತಿಯಲ್ಲ. ನನಗೆ ಕೆಲವೇ ಸ್ನೇಹಿತರಿದ್ದಾರೆ, ನಾನು ಯಾವುದೇ ಕ್ರೀಡೆಗಳನ್ನು ಆಡುವುದಿಲ್ಲ, ನಾನು ಆರ್ಟ್ ಕ್ಲಬ್‌ನಲ್ಲಿರುವ ಮತ್ತು ಕೆಲವೊಮ್ಮೆ ಅವಳ ಸ್ನೇಹಿತರ ವಾಲಿಬಾಲ್ ಆಟಗಳನ್ನು ನೋಡಲು ಹೋಗುವ ತರಗತಿಯ ಹಿಂಭಾಗದಲ್ಲಿರುವ ಹುಡುಗಿ ಎಂದು ಕರೆಯಲ್ಪಡುತ್ತೇನೆ. ಹಾಗಾಗಿ ಹ್ಯಾಲೋವೀನ್ ಸ್ಲೀಪ್‌ಓವರ್‌ಗಗಿ ಇತರ ಹಿರಿಯರ ಗುಂಪಿಗೆ ಸೇರಲು ನನ್ನನ್ನು ಏಕೆ ಆಹ್ವಾನಿಸಲಾಗಿದೆ, ನನಗೆ ಗೊತ್ತಿಲ್ಲ.

ಪಾರ್ಟಿಗೆ ಹೋಗುವ ಕೆಲವು ಹುಡುಗಿಯರು ನನ್ನನ್ನು ಎತ್ತಿಕೊಂಡು ಬಂದರು. ನಾನು ಸ್ವಲ್ಪ ವಾಸ್ತವಿಕ ಅಸ್ಥಿಪಂಜರದಂತೆ ಧರಿಸಿದ್ದೆ. ಹುಡುಗಿಯರಲ್ಲಿ ಮೂವರು ಮೀನ್ ಗರ್ಲ್ಸ್‌ನ ರೆಜಿನಾ ಜಾರ್ಜ್, ಕರೆನ್ ಸ್ಮಿತ್ ಮತ್ತು ಗ್ರೆಚೆನ್ ವೀನರ್ಸ್ ಆಗಿ ಧರಿಸಿದ್ದರೆ, ಉಳಿದ ಇಬ್ಬರು ಕುಂಬಳಕಾಯಿ ಮತ್ತು ಒಂದು ರೀತಿಯ ಡ್ರ್ಯಾಗನ್ ಆಗಿ ಧರಿಸಿದ್ದರು. ಅವರ ವೇಷಭೂಷಣಗಳೆಲ್ಲವೂ ಅವರು ಏನಾಗಿರಬೇಕೆಂಬುದನ್ನು ಗುರುತಿಸುತ್ತಿದ್ದರು. ಸಿಲ್ಲಿ ವೇಷಭೂಷಣವನ್ನು ಹೊಂದುವ ಬಗ್ಗೆ ನಾನು ಚೆನ್ನಾಗಿ ಭಾವಿಸಿದೆ ಎಂದು ನನಗೆ ತಿಳಿದಿದೆ.

ನನ್ನ ಮನೆಯಿಂದ ಪಾರ್ಟಿಗಾಗಿ ಬಾಡಿಗೆಗೆ ಪಡೆದಿದ್ದ ಮಹಲುಗೆ ಹೋಗಲು 30 ನಿಮಿಷಗಳಿಗಿಂತ ಸ್ವಲ್ಪ ಸಮಯ ಹಿಡಿಯಿತು. ಶಾಲೆಯಿಂದ ಎಲ್ಲರೂ ಅಲ್ಲಿದ್ದಂತೆ ಕಾಣುತ್ತದೆ, ಜನಪ್ರಿಯ ಮಕ್ಕಳು, ಜನಪ್ರಿಯವಲ್ಲದ ಮಕ್ಕಳು, ಶಾಲೆಗೆ ಬರುವ ಮಕ್ಕಳು ತುಂಬಾ ಅಪರೂಪವಾಗಿ ಅವರು ತಮ್ಮ ಆಹ್ವಾನಗಳನ್ನು ಮೇಲ್ ಮೂಲಕ ಪಡೆಯಬೇಕಾಗಿತ್ತು ಮತ್ತು ಶಾಲೆಯಲ್ಲಿ ಹೆಚ್ಚು ಸಮಯ ಕಳೆಯುವ ಮಕ್ಕಳು ಪ್ರಾಯೋಗಿಕವಾಗಿ ಅಲ್ಲಿ ವಾಸಿಸುತ್ತಾರೆ.

ಆತಿಥೇಯ ಲುಕಾವನ್ನು ಹುಡುಕಲು ನಾವು ದೊಡ್ಡ ಅಡುಗೆಮನೆಗೆ ಕಾಲಿಟ್ಟೆವು, ಅವನು ಹುಡುಗಿಯ ದೈತ್ಯಾಕಾರದ ಜೊತೆ ಡೇಟಿಂಗ್ ಮಾಡುತ್ತಿರುವ ಕರುಣಾಳು ಹೃದಯದ ವ್ಯಕ್ತಿ. ಏರಿಯಾ ಲೆಸ್ಟರ್. ಶ್ರೀಮಂತ ಹುಡುಗಿ, ಕೇವಲ ಜನಪ್ರಿಯವಾಗಿರುವ ಜನಪ್ರಿಯ ಹುಡುಗಿ ಏಕೆಂದರೆ ಅವಳು ಕಿರಿಕಿರಿ, ಜೋರಾಗಿ, ಯಾವಾಗ ಮುಚ್ಚಿಕೊಳ್ಳಬೇಕೆಂದು ತಿಳಿದಿರುವುದಿಲ್ಲ. ಯಾರಾದರೂ ಅವಳನ್ನು ಹೊರಗೆ ಕರೆದಾಗಲೆಲ್ಲಾ ಅಳುವ ಪಿಕ್ ಮಿ ಹುಡುಗಿ ಅವಳು. ಅದಕ್ಕಾಗಿಯೇ ಅವಳು ನನ್ನನ್ನು ತುಂಬಾ ದ್ವೇಷಿಸುತ್ತಾಳೆ. ಅವಳು ಎಳೆಯಲು ಪ್ರಯತ್ನಿಸುವ ಯಾವುದನ್ನಾದರೂ ತಪ್ಪಿಸಿಕೊಳ್ಳಲು ನಾನು ಎಂದಿಗೂ ಬಿಡಲಿಲ್ಲ, ಅದು ಮಧ್ಯಮ ಮತ್ತು ಪ್ರೌ school ಶಾಲೆಯ ಉದ್ದಕ್ಕೂ ನಮಗೆ ಸಾಕಷ್ಟು ಹೋರಾಡಲು ಕಾರಣವಾಯಿತು. ನಾವು ಪರಸ್ಪರ ನಿಲ್ಲಲು ಸಾಧ್ಯವಿಲ್ಲ.

ನಿಸ್ಸಂಶಯವಾಗಿ ಅವಳು ಇಲ್ಲಿ ಇರಬೇಕೆಂದು ನಾನು ನಿರೀಕ್ಷಿಸುತ್ತಿದ್ದೆ. ನಾನು ಅವಳನ್ನು ತಪ್ಪಿಸಬಹುದು ಮತ್ತು ನನ್ನ ಅತ್ಯುತ್ತಮ ಸ್ನೇಹಿತ ಜೆಸ್ಸಿ ಅವರೊಂದಿಗೆ ಆನಂದಿಸಬಹುದೆಂದು ನಾನು ಭಾವಿಸುತ್ತೇನೆ. ನಾನು ಮತ್ತು ನಾನು ಬಂದ ಹುಡುಗಿಯರು ಆತಿಥೇಯರನ್ನು ಕಂಡು ಸ್ವಾಗತಿಸಿದರು ಮತ್ತು ನಂತರ ಸ್ವಲ್ಪ ಮೋಜು ಮಾಡಲು ಬೇರ್ಪಟ್ಟರು. ನಾನು ಜೆಸ್ಸಿ ಕ್ಯಾಂಡಿ ಟೇಬಲ್ ಮೂಲಕ ಕಂಡುಕೊಂಡೆ. ಅವನು ಸ್ಟಾರ್‌ಬರ್ಸ್ಟ್ ಅನ್ನು ಸಣ್ಣ ಚೀಲಕ್ಕೆ ತುಂಬಿಸುತ್ತಿದ್ದನು.

ಅವನು ಏನು ಮಾಡುತ್ತಿದ್ದಾನೆ ಎಂದು ನಾನು ಅವನನ್ನು ಕೇಳಿದೆ, ಅದು ಅವನನ್ನು ಸ್ವಲ್ಪ ಹೆದರಿಸುವಂತೆ ತೋರುತ್ತದೆ. ಆದರೆ ಅದರ ನಂತರ ನಾವು ಹೋಗಿ ಸುತ್ತಲೂ ನೃತ್ಯ ಮಾಡಿದ್ದೇವೆ, ಕೆಲವು ಪಿಜ್ಜಾ ಮತ್ತು ಇತರ ಜಂಕ್ ಫುಡ್‌ಗಳನ್ನು ಸೇವಿಸಿದ್ದೇವೆ ಮತ್ತು ಒಳ್ಳೆಯ ಸಮಯವನ್ನು ಹೊಂದಿದ್ದೇವೆ. ಆಶ್ಚರ್ಯಕರವಾಗಿ, ಪಾರ್ಟಿಯ ಮೊದಲ ಕೆಲವು ಗಂಟೆಗಳಲ್ಲಿ ನಾನು ಏರಿಯಾವನ್ನು ಒಮ್ಮೆ ನೋಡಲಿಲ್ಲ. ಅವಳು ಇನ್ನೂ ಲುಕಾ ಜೊತೆ ಡೇಟಿಂಗ್ ಮಾಡುತ್ತಿದ್ದಾಳೆಂದು ನನಗೆ ತಿಳಿದಿರುವುದರಿಂದ ಅವಳು ಇಲ್ಲಿಗೆ ಬರುತ್ತಾಳೆ ಎಂದು ನಾನು ನಿರೀಕ್ಷಿಸಿದ್ದೆ. ನಾನು ಅವಳ ಎಲ್ಲಾ ಆಲೋಚನೆಗಳನ್ನು ನನ್ನ ತಲೆಯಿಂದ ಹೊರಗೆ ತಳ್ಳಲು ಪ್ರಯತ್ನಿಸಿದೆ ಆದರೆ ಅದು ಇನ್ನೂ ನನ್ನ ಮನಸ್ಸಿನ ಹಿಂಭಾಗದಲ್ಲಿ ಉಳಿಯಿತು.

ಮುಂಜಾನೆ 1 ಗಂಟೆಯ ಹೊತ್ತಿಗೆ ಎಲ್ಲರೂ ಸುಸ್ತಾಗಲು ಪ್ರಾರಂಭಿಸಿದರು. ನಾವು ರಾತ್ರಿ ಕಳೆಯಬಹುದು ಎಂದು ಲುಕಾ ಹೇಳಿದರು, ಹಾಗಾಗಿ ನಾನು ನನ್ನ ತಾಯಿಯನ್ನು ಕರೆದು ಅವಳ ಮೇಲೆ ಉಳಿಯಲು ಅನುಮತಿ ಪಡೆದುಕೊಂಡೆ. ಪ್ರತಿಯೊಬ್ಬರೂ ಉಳಿಯಲು ಕೆಲವು ಕೊಠಡಿಗಳು ತೆರೆದಿದ್ದವು. ಜೆಸ್ಸಿ ಮತ್ತು

ನಾನು ಒಂದೇ ಕೋಣೆಯಲ್ಲಿ ಉಳಿದು ಹಾಸಿಗೆಯನ್ನು ಹಂಚಿಕೊಳ್ಳಲು ಯೋಜಿಸಿದೆವು. ಸಂಗೀತವು ನಮಗೆ ತೊಂದರೆಯಾಗದಂತೆ ಪಾರ್ಟಿಯ ಉಳಿದ ಭಾಗಗಳಿಂದ ಸಾಕಷ್ಟು ದೂರದಲ್ಲಿರುವ ಮೇಲಿನ ಮಹಡಿಯಲ್ಲಿ ಒಂದನ್ನು ನಾವು ಕಂಡುಕೊಂಡಿದ್ದೇವೆ. ಜೆಸ್ಸಿ ಒಳಗೆ ಹೋಗಲು ಬಾಗಿಲು ತೆರೆದರು ಮತ್ತು ರಕ್ತದ ಕೊಳದಲ್ಲಿ ನೆಲದ ಮೇಲೆ ಮಲಗಿದ್ದ ಆರಿಯಾಳನ್ನು ನಾವು ನೋಡಿದೆವು.

ನಾವಿಬ್ಬರೂ ನಮ್ಮ ಶ್ವಾಸಕೋಶದ ಮೇಲ್ಭಾಗದಲ್ಲಿ ಕಿರುಚುತ್ತಿದ್ದೆವು ಮತ್ತು ಅವಳು ನಗುತ್ತಾ ಹಾಪ್ ಮಾಡಿದಳು. “ನಾನು ನಿನ್ನನ್ನು ಪಡೆದುಕೊಂಡೆ! ನಾನು ನಿನ್ನನ್ನು ಹೆದರಿಸಿದೆ! ನಾನು ನಿನ್ನನ್ನು ಹೆದರಿಸಿದೆ ”ಅವಳು ತನ್ನ ಎತ್ತರದ ಧ್ವನಿಯಲ್ಲಿ ಹಾಡಿದಳು. ಆ ಕ್ಷಣದಲ್ಲಿ, ಎರಡು ಸಂಗತಿಗಳು ಸಂಭವಿಸಿದಾಗ ನಾನು ಕೂಗಲು ಸಿದ್ಧಳಾಗಿದ್ದೇನೆ. ಜೆಸ್ಸಿ ಕುಸಿದುಬಿದ್ದರು, ಮತ್ತು ಆರಿಯಾ ಮತ್ತು ನಾನು ಕೆಳಗಿರುವ ನೆಲ ಕುಸಿಯಿತು. ನಾವು ನಾಲ್ಕು ಅಂತಸ್ತಿನ ಕೆಳಗೆ ಹಾರಿಹೋದೆವು, ಕಟ್ಟಡದ ಎತ್ತರ, ನಂತರ ಐದು, ನಾವು ಭೂಗತವಾಗಿದ್ದೇವೆ, ಆರು, ಏಳು, ಎಂಟು, ಸಣ್ಣ ರಂಧ್ರದಲ್ಲಿ ಬೆಳಕು ಇಲ್ಲದ ಕಾರಣ ನಾವು ಎಷ್ಟು ದೂರಕ್ಕೆ ಬಿದ್ದೆವು ಎಂಬುದರ ಜಾಡನ್ನು ಕಳೆದುಕೊಂಡೆವು. ನಾವು ಅಂತಿಮವಾಗಿ ಒಂದು ರೀತಿಯ ಗಾಳಿ ಹಾಸಿಗೆಗೆ ಇಳಿದಿದ್ದೇವೆ. ತುಂಬಾ ದಪ್ಪ ಗಾಳಿ ಹಾಸಿಗೆ.

ಕೆಲವು ಸಣ್ಣ ಟಾರ್ಚ್‌ಗಳು ಗೋಡೆಗಳನ್ನು ಮತ್ತು ಸಣ್ಣ ಚಿಹ್ನೆಯನ್ನು ಕೋಬ್ಲೆಸ್ಟೋನ್ ಕೋಣೆಯ ಮಧ್ಯದಲ್ಲಿ ಮುಚ್ಚಿವೆ. ಚಿಹ್ನೆಯನ್ನು ಓದಲು ಆರಿಯಾ ಹಾಸಿಗೆಯಿಂದ ಹತ್ತಿದಳು. “ಹಲೋ. ನೀವು ಇದನ್ನು ಓದುತ್ತಿದ್ದರೆ, ನಿಮ್ಮನ್ನು ಆಯ್ಕೆ ಮಾಡಲಾಗಿದೆ. ನಿಮ್ಮ ಮೌಲ್ಯವನ್ನು ನೀವು ಸಾಬೀತುಪಡಿಸಿದರೆ ನೀವು ಬದುಕುವಿರಿ. ನಿಮ್ಮ ಮೌಲ್ಯವನ್ನು ಸಾಬೀತುಪಡಿಸಲು ನಿಮಗೆ ಸಾಧ್ಯವಾಗದಿದ್ದರೆ, ನಿಮಗೆ ನಮ್ಮ ಯಜಮಾನನಿಗೆ ಆಹಾರವನ್ನು ನೀಡಲಾಗುವುದು, ”ಎಂದು ಅವರು ಓದಿದರು. ಕಡಿಮೆ ಕೂಗು ಕೋಣೆಯನ್ನು ತುಂಬಿದಾಗ ನಾವು ಒಬ್ಬರನ್ನೊಬ್ಬರು ನೋಡುತ್ತಿದ್ದೆವು. ನಾನು ಹಾಸಿಗೆಯಿಂದ ಎಸೆದು ಆರಿಯಾಳ ಕಡೆಗೆ ಓಡಿದೆ. ನಾವು ಕಲ್ಲಿನ ಬಾರ್‌ಗಳ ಮೂಲಕ ನಮ್ಮನ್ನು ದಿಟ್ಟಿಸುತ್ತಿದ್ದ ದೊಡ್ಡ... ವಿಷಯವನ್ನು ನೋಡುತ್ತಿದ್ದೆವು. ನಮ್ಮ ಹಿಂದೆ, ಒಂದು ಸುರಂಗ ತೆರೆಯಿತು. ನಾವು ಯಾವುದೇ ಸಮಯವನ್ನು ವ್ಯರ್ಥ ಮಾಡದೆ, ಸಾಧ್ಯವಾದಷ್ಟು ವೇಗವಾಗಿ ಸುರಂಗಕ್ಕೆ ಓಡುತ್ತಿದ್ದೆವು.

ಮತ್ತೊಂದು ಚಿಹ್ನೆಯ ಮೇಲೆ ಬರುವ ಮೊದಲು ನಾವು ಕೆಲವು ನಿಮಿಷಗಳ ಕಾಲ ಓಡಿದೆವು. ಈ ಸಮಯದಲ್ಲಿ ನಾನು ಅದನ್ನು ನಮ್ಮಿಬ್ಬರಿಗೂ ಓದಿದ್ದೇನೆ. "ಕಾರ್ಯಕ್ಕೆ ಸ್ವಾಗತ. ಆಹಾರ. ” ನಾವು ಒಬ್ಬರನ್ನೊಬ್ಬರು ನೋಡಿದೆವು, ನಂತರ

ನಾವಿಬ್ಬರೂ ಚಿಹ್ನೆಯತ್ತ ಹಿಂತಿರುಗಿ ನೋಡಿದೆವು. ಇದರ ಅರ್ಥವೇನೆಂದು ನಮ್ಮಿಬ್ಬರಿಗೂ ತಿಳಿದಿರಲಿಲ್ಲ. ಒಂದು ಸಣ್ಣ ಮೇಕೆ ಗೋಡೆಯ ರಂಧ್ರದಿಂದ ಹೊರಬಂದು ನಮ್ಮ ಕಡೆಗೆ ಬಂದಿತು. "ಬಹುಶಃ ನಾವು ಮೇಕೆಗೆ ಆಹಾರವನ್ನು ನೀಡಬೇಕಾಗಬಹುದು" ಎಂದು ಏರಿಯಾ ಹೇಳಿದರು. ನೆಲ ಅಲುಗಾಡತೊಡಗಿತು. ಮತ್ತೊಂದು ದೊಡ್ಡ ಜೀವಿ ನಮ್ಮ ಕಡೆಗೆ ನಡೆಯುತ್ತಿತ್ತು. ಇದು ಮೊದಲ ಕೋಣೆಯಿಂದ ಬಂದಷ್ಟು ದೊಡ್ಡದಲ್ಲ, ಆದರೆ ಅದು ನನ್ನನ್ನು ಹೆದರಿಸುವಷ್ಟು ದೊಡ್ಡದಾಗಿದೆ.

ನಾನು ಮುಂದೆ ಓಡಿ ಮೇಕೆ ಹಿಡಿದು ಅದನ್ನು ದೈತ್ಯಾಕಾರದ ಮೇಲೆ ಎಸೆದಿದ್ದೇನೆ. ಅದು ಯಾವುದೇ ಹಿಂಜರಿಕೆಯಿಲ್ಲದೆ ಅದನ್ನು ತಿನ್ನುತ್ತಿದೆ. ಅದರ ಹಿಂದಿನ ಬಾಗಿಲು ತೆರೆಯಿತು. ಈ ದೈತ್ಯನನ್ನು ಪೋಷಿಸಲು ಸಣ್ಣ ಮೇಕೆಗಿಂತ ಇದು ಹೆಚ್ಚು ಹೆಚ್ಚು ತೆಗೆದುಕೊಳ್ಳುತ್ತದೆ. ಏರಿಯಾ ಅದರ ಸುತ್ತಲಿನ ವೃತ್ತದಲ್ಲಿ ಓಡಿ ಸಣ್ಣ ಬಾಗಿಲಿನ ಮೂಲಕ ಹೋಗಲು ಅದರ ಹೊಟ್ಟೆಯ ಕೆಳಗೆ ಬಾತುಕೋಳಿ. ದೈತ್ಯಾಕಾರದ ಅವಳಿಂದ ವಿಚಲಿತನಾದನು, ಅದು ನನಗೆ ಏನನ್ನಾದರೂ ಹುಡುಕಲು ಮತ್ತು ಬಾಗಿಲಿನ ಮೂಲಕ ಜಾರುವ ಪರಿಪೂರ್ಣ ಅವಕಾಶವನ್ನು ನೀಡಿತು.

ನಾವು ಸಾಧ್ಯವಾದಷ್ಟು ಮೊದಲ ಕಾರ್ಯದಿಂದ ದೂರ ಸರಿದಿದ್ದೇವೆ. ಬಾಹ್ಯಾಕಾಶಕ್ಕಾಗಿ ಹೋರಾಟದಲ್ಲಿ ಪರಸ್ಪರರ ವಿರುದ್ಧ ಚಲಿಸುತ್ತಿದೆ. ಅಂತಿಮವಾಗಿ ನಾವು ತೆವಳುತ್ತಾ ಮತ್ತೊಂದು ಖಾಲಿ ಕೋಬ್ಲೆಸ್ಟೋನ್ ಕೋಣೆಯನ್ನು ಮಧ್ಯದಲ್ಲಿ ಮತ್ತೊಂದು ಚಿಹ್ನೆಯೊಂದಿಗೆ ಭೇಟಿಯಾದೆವು. ಆರಿಯಾ ಅದನ್ನು ಓದಿದರು, "ಕಾರ್ಯ ಎರಡಕ್ಕೆ ಸ್ವಾಗತ. ಮೇಜ್. " ಮತ್ತೊಂದು ಅತ್ಯಂತ ಅಸ್ಪಷ್ಟ ಚಿಹ್ನೆ. "ಏರಿಯಾ. ಸೀಲಿಂಗ್ ನೋಡಿ. " ಅವಳು ಮಾಡಿದಳು. ಸೀಲಿಂಗ್ನಲ್ಲಿ ಕೆತ್ತಲಾಗಿದೆ ಒಂದು ರೀತಿಯ ಜಾಡು. ನಾವು ಅದರ ಪ್ರವೇಶದ್ವಾರಕ್ಕೆ ಕಾಲಿಟ್ಟೆವು. ನಾವಿಬ್ಬರೂ ಈ ಸಾಲಿನಲ್ಲಿ ಇರಲು ಯೋಜಿಸಿದ್ದೆವು ಆದರೆ ಒಂದು ಸಮಸ್ಯೆ ಇದೆ.

"ನಾನು ಮೊದಲು ಯಾಕೆ ಹೋಗಬೇಕು!? ನಾವು ಇಲ್ಲಿ ಕೆಳಗೆ ಇರುವುದಕ್ಕೆ ನಾನು ನಿಮ್ಮನ್ನು ದೂಷಿಸುತ್ತೇನೆ "ನಾನು ಕೂಗಿದೆ. "ಸರಿ ಎಲಿಜಬೆತ್ ನಾವು ಇಲ್ಲಿದ್ದೇವೆ ಏಕೆಂದರೆ ನೀವು ಹೋರಾಟವನ್ನು ಪ್ರಾರಂಭಿಸಲು ಬಯಸಿದ್ದೀರಿ ಆದ್ದರಿಂದ ನೀವು ಇದನ್ನು ನನ್ನ ಮೇಲೆ ದೂಷಿಸಲು ಪ್ರಯತ್ನಿಸಬೇಡಿ. ನಾನು ಮೊದಲು ಹೋಗುತ್ತಿಲ್ಲ ಮತ್ತು ಅದು ಅಂತಿಮವಾಗಿದೆ "ಅವಳು ಮತ್ತೆ ವಾದಿಸಿದಳು. "ನಾನು ನಿಮಗೆ ಎಷ್ಟು ಬಾರಿ ಹೇಳಬೇಕಾಗಿದೆ, ನನ್ನ ಹೆಸರು ಎಲಿಜಬೆತ್ ಅಲ್ಲ ಅದು ಎಲ್ಲ. ಮತ್ತು ಇದು ನಿಮ್ಮ ತಪ್ಪು ಆದ್ದರಿಂದ ನೀವು

ಮೊದಲು ಹೋಗಿ ನಿಮ್ಮ ಕಾರ್ಯಗಳಿಗೆ ಹೊಣೆಗಾರಿಕೆಯನ್ನು ತೆಗೆದುಕೊಳ್ಳಬಹುದು! ” “ನನ್ನ ಕಾರ್ಯಗಳಿಗೆ ಹೊಣೆಗಾರಿಕೆ? ನಾವು ಹೊಂದಿದ್ದ ಪ್ರತಿಯೊಂದು ಹೋರಾಟವನ್ನು ನೀವು ಪ್ರಾರಂಭಿಸಿದ್ದೀರಿ. ಕೊನೆಯ ಕಾರ್ಯದಲ್ಲಿ ನಾನು ತಂಡಕ್ಕೆ ಒಂದನ್ನು ತೆಗೆದುಕೊಂಡೆ. ಇದು ಬಹುಶಃ ಅಪಾಯಕಾರಿ ಅಲ್ಲ! ”

ಕೋಣೆಯ ಮೂಲಕ ಕಡಿಮೆ ಕೂಗು ಬಂದಾಗ ಮೊದಲು ಯಾರು ಹೋಗಬೇಕು ಎಂದು ನಾವು ಹಿಂದಕ್ಕೆ ಮತ್ತು ಮುಂದಕ್ಕೆ ಹೋಗುತ್ತಿದ್ದೆವು. ನಾವು ನಮ್ಮ ಹಿಂದೆ ಸುರಂಗದೊಳಗೆ ಒಂದು ಕಾರ್ಯಕ್ಕೆ ಹಿಂತಿರುಗುತ್ತಿದ್ದೆವು, ಮತ್ತು ಒಂದು ದೊಡ್ಡ ಕಣ್ಣು ನಮ್ಮನ್ನು ನೋಡುತ್ತಿರುವುದನ್ನು ನೋಡಿದೆವು. "ನಾನು ಮೊದಲು ಹೋಗುತ್ತೇನೆ," ನಾನು ಹೇಳಿದರು. ನಾನು ಜಟಿಲಕ್ಕೆ ಓಡಿ ಜಾಡು ಅನುಸರಿಸಲು ಪ್ರಾರಂಭಿಸಿದೆ. ಆರಿಯಾ ನೇರವಾಗಿ ನನ್ನ ಹಿಂದೆ ಓಡುತ್ತಿದ್ದ. ನಾನು ಏನನ್ನಾದರೂ ಹೆಜ್ಜೆ ಹಾಕಿದಾಗ ಮತ್ತು ಮುಗ್ಗರಿಸಿದಾಗ ನಾವು ಬಹುತೇಕ ಹೊರಗಿದ್ದೇವೆ.

ನನ್ನ ತೋಳು ಹಾದಿ ಇರಬೇಕಾದ ಸ್ಥಳದಿಂದ ಹೊರಗೆ ಹೋಯಿತು ಮತ್ತು ಒಂದು ಸೆಕೆಂಡ್, ನಾನು ಸತ್ತೆ ಎಂದು ಭಾವಿಸಿದೆ. ನನ್ನ ತೋಳಿನ ಮೂಲಕ ಕುರುಡು ನೋವು ಸ್ಫೋಟಗೊಂಡಿದೆ. ಯಾರಾದರೂ ನನ್ನ ತೋಳಿನ ಮೇಲೆ ದ್ರವ ಗಾಜನ್ನು ಸುರಿದಿದ್ದಾರೆ ಎಂದು ಭಾವಿಸಿದೆ. ನನಗೆ ಯಾವುದೇ ಶಬ್ದ ಮಾಡಲು ಸಾಧ್ಯವಾಗಲಿಲ್ಲ. ಆ ಪರಿಸ್ಥಿತಿಯಲ್ಲಿ ನಾನು ಮಾಡಬಹುದಾದ ಏಕೈಕ ವಿಷಯವೆಂದರೆ ಮೌನವಾಗಿ ದುಃಖಿಸುವುದು ಮತ್ತು ನನ್ನ ತೋಳನ್ನು ನನ್ನ ಎದೆಯ ಹತ್ತಿರ ಹಿಡಿದುಕೊಳ್ಳುವುದು. ಏರಿಯಾ ನನ್ನನ್ನು ಜಟಿಲದಿಂದ ಹೊರಗೆ ಮತ್ತು ಮೂರು ಕಾರ್ಯಗಳೊಂದಿಗೆ ಕೋಣೆಗೆ ಎಳೆದಿದ್ದಾನೆ ಎಂದು ನನಗೆ ತಿಳಿಯಲು ಸುಮಾರು 20 ನಿಮಿಷಗಳನ್ನು ತೆಗೆದುಕೊಂಡಿತು. ನನ್ನ ತೋಳು ಇನ್ನು ಮುಂದೆ ಕೆಟ್ಟದ್ದಲ್ಲ ಆದರೆ ಅದು ಸುಟ್ಟಗಾಯಗಳಿಂದ ಕೂಡಿದೆ.

ಏರಿಯಾ ನನಗೆ ನೆಲದಿಂದ ಹೊರಬರಲು ಸಹಾಯ ಮಾಡಿತು ಮತ್ತು ನನ್ನ ಉತ್ತಮ ತೋಳನ್ನು ಅವಳ ಭುಜದ ಸುತ್ತಲೂ ಇಟ್ಟನು. ಅವಳು ಏನನ್ನಾದರೂ ಹೇಳುವುದನ್ನು ನಾನು ಕೇಳಬಹುದು ಆದರೆ ಅದು ಏನು ಎಂದು ನನಗೆ ಹೇಳಲಾಗಲಿಲ್ಲ. ನನ್ನನ್ನು ಎತ್ತಿ ಹಿಡಿಯುವಾಗ ಅವಳು ನನ್ನನ್ನು ಎಳೆದಳು ಮತ್ತು ನಿಧಾನವಾಗಿ ಆದರೆ ಖಂಡಿತವಾಗಿ, ನೋವು ದೂರವಾಯಿತು ಮತ್ತು ಅಂತಿಮವಾಗಿ ನನ್ನ ಮನಸ್ಸನ್ನು ತೆರವುಗೊಳಿಸಲಾಯಿತು. ಆರಿಯಾ ಮುಂದಿನ ಚಿಹ್ನೆಯನ್ನು ಓದಲು ಮುಂದೆ ನಡೆದರು.

“ಕಾರ್ಯ ಮೂರು. ಇದು ನಿಮ್ಮ ಅಂತಿಮ ಕಾರ್ಯವಾಗಿದೆ. ನೀವಿಬ್ಬರೂ ಅದನ್ನು ಈ ಹಂತದಿಂದ ಹೊರಹಾಕುವುದಿಲ್ಲ. ಈ ಚಿಹ್ನೆಯ ಬಲಭಾಗದಲ್ಲಿ ಯಾವುದು ನಿಂತಿದೆ ಅದು ನೀಲಿ ಬಣ್ಣದ್ದಾಗಿರುತ್ತದೆ. ಇನ್ನೊಂದು ಕೆಂಪು ಬಣ್ಣದ್ದಾಗಿರುತ್ತದೆ. ನಿಮಗೆ ಶಸ್ತ್ರಾಸ್ತ್ರಗಳನ್ನು ತೆಗೆದುಕೊಂಡು ಹೋರಾಡಿ. ನೀವು ನಮ್ಮ ಇಚ್ hes ಿಗೆ ಅನುಗುಣವಾಗಿಲ್ಲದಿದ್ದರೆ, ನೀವಿಬ್ಬರೂ ನಮ್ಮ ಯಜಮಾನನಿಗೆ ಆಹಾರವನ್ನು ನೀಡುತ್ತೀರಿ. ಜೀವಂತವಾಗಿ."

ನಾವಿಬ್ಬರೂ ಒಬ್ಬರನ್ನೊಬ್ಬರು ನೋಡಿದೆವು. ಈ ಸಮಯದಲ್ಲಿ ನಾವು ಇದನ್ನು ಹೊರಹಾಕುತ್ತಿಲ್ಲ ಎಂಬುದು ಸ್ಪಷ್ಟವಾಗಿದೆ. ನಾವು ಅನುಸರಿಸಬೇಕು ಎಂದು ಚಿಹ್ನೆ ಹೇಳಿದೆ ಎಂದು ನನಗೆ ತಿಳಿದಿದೆ ಆದರೆ ನನಗೆ ಸಹಾಯ ಮಾಡಲು ಸಾಧ್ಯವಾಗಲಿಲ್ಲ ಆದರೆ ಚಾವಣಿಯ ಅತ್ಯಂತ ಸಣ್ಣ ಬೆಳಕನ್ನು ಗಮನಿಸಬಹುದು. “ಏರಿಯಾ,” ನಾನು ಪ್ರಾರಂಭಿಸಿದೆ, “ನಾವು ಇದನ್ನು ಮಾಡಬೇಕು ಎಂದು ನಾನು ಭಾವಿಸುವುದಿಲ್ಲ. ನಾವು ಇನ್ನೂ ಒಂದು ಮಾರ್ಗವನ್ನು ಕಂಡುಕೊಳ್ಳಬಹುದು. " ಅವಳು ದೊಡ್ಡದಾದ ಕೊಡಲಿಯನ್ನು, ಕೆಂಪು ಬಣ್ಣವನ್ನು ಹಿಡಿದು ನನ್ನ ಕಡೆಗೆ ತಿರುಗಿದಳು.

ನಾನು ನಿಜವಾಗಿಯೂ ಅವಳೊಂದಿಗೆ ಹೋರಾಡುವ ಉದ್ದೇಶವನ್ನು ಹೊಂದಿರಲಿಲ್ಲ ಆದರೆ ಅವಳು ಇಲ್ಲಿಂದ ಹೊರಬರಲು ಮನಸ್ಸು ಮಾಡಿದಂತೆ ತೋರುತ್ತಿದೆ. ನಾನು ಇನ್ನೊಂದು ಕೊಡಲಿಯನ್ನು, ನೀಲಿ ಬಣ್ಣವನ್ನು ಹಿಡಿದು ಅವಳ ದಿಕ್ಕಿನಲ್ಲಿ ಹಿಡಿದಿದ್ದೇನೆ. ಅವಳು ನನ್ನ ಕಡೆಗೆ ಓಡಿ ಅವಳ ಕೊಡಲಿಯನ್ನು ನನ್ನ ತಲೆಯ ಮೇಲೆ ಇಳಿಸಲು ಪ್ರಯತ್ನಿಸಿದಳು. ನಾನು ನನ್ನನ್ನು ರಕ್ಷಿಸಿಕೊಳ್ಳಲು ಗಣಿ ಬಳಸಿದ್ದೇನೆ ಮತ್ತು ಅವಳ ಆಯುಧವನ್ನು ಮೇಲಕ್ಕೆ ಹೊಡೆದಿದ್ದೇನೆ. ಅದು roof ಾವಣಿಯ ಮೇಲೆ ಬಡಿದು ಕೋಬಲ್ ಅನ್ನು ಸಡಿಲಗೊಳಿಸಿ, ಕೋಣೆಗೆ ಹೆಚ್ಚು ಬೆಳಕನ್ನು ನೀಡಿತು.

ಅವಳು ನನ್ನತ್ತ ತೆಗೆದುಕೊಂಡ ಪ್ರತಿ ಸ್ವಿಂಗ್ ನಾನು ಅವಳ ಕೊಡಲಿಯನ್ನು ಚಾವಣಿಗೆ ಹೊಡೆಯುವ ಮೂಲಕ ಎದುರಿಸಿದೆ. ಏರಿಯಾ ಕೊನೆಗೆ ದಣಿದಂತೆ ಕಾಣುತ್ತದೆ. ಅವಳ ಶಾಂತಗೊಳಿಸುವಿಕೆಯು ನಾನು ಈ ಸಂಪೂರ್ಣ ಸಮಯವನ್ನು ಏನು ಮಾಡುತ್ತಿದ್ದೇನೆ ಎಂದು ಅವಳನ್ನು ಅರಿತುಕೊಂಡೆ. ಇನ್ನೂ ಕೆಲವು ಸ್ವಿಂಗ್‌ಗಳು ಮತ್ತು ಚಾವಣಿಯು ಗುಹೆಯಲ್ಲಿದೆ, ಅದು ನಮಗೆ ತಪ್ಪಿಸಿಕೊಳ್ಳಲು ಅನುವು ಮಾಡಿಕೊಡುತ್ತದೆ. ಅವಳು ಈ ಸಮಯದಲ್ಲಿ ಮೃದುವಾದ ಸ್ವಿಂಗ್ನೊಂದಿಗೆ ನನ್ನ ಮೇಲೆ ಆರೋಪ ಮಾಡಿದ್ದಳು. ನಾನು ಮತ್ತೊಮ್ಮೆ ಅವಳ ಕೊಡಲಿಯನ್ನು ಮೇಲ್ .ಾವಣಿಗೆ ತಳ್ಳಿದೆ. ನಾವು ಈ

ಮಾದರಿಯನ್ನು ಇನ್ನೂ ಕೆಲವು ಬಾರಿ ಪುನರಾವರ್ತಿಸಿದ್ದೇವೆ ಮತ್ತು ಅಂತಿಮವಾಗಿ, ಮೇಲ್ roof ಾವಣಿಯು ಆವರಿಸಿದೆ.

ಅದೃಷ್ಟವಶಾತ್ ನಾನು ಬಂಡೆಗಳಿಂದ ಪುಡಿಪುಡಿಯಾಗಲಿಲ್ಲ ಆದರೆ ಏರಿಯಾ ಒಂದೇ ಆಗಿರಲಿಲ್ಲ. ಅವಳು ಇನ್ನೂ ಜೀವಂತವಾಗಿದ್ದಳು, ಕೇವಲ ಅಂಟಿಕೊಂಡಿದ್ದಳು. ನಾನು ಅವಳ ಹೊಟ್ಟೆ ಮತ್ತು ಕಾಲುಗಳಿಂದ ಎಲ್ಲಾ ಬಂಡೆಗಳನ್ನು ತಳ್ಳಲು ಸಹಾಯ ಮಾಡಿದೆ ಆದರೆ ಅವಳು ಇನ್ನೂ ಎದ್ದೇಳಲು ಸಾಧ್ಯವಾಗಲಿಲ್ಲ. ದೊಡ್ಡ ಬಂಡೆಗಳು ಅವಳ ಕಾಲುಗಳನ್ನು ಮುರಿದಿದ್ದವು. ನಾವಿಬ್ಬರೂ ಆಳವಾದ ರಂಧ್ರವನ್ನು ನೋಡುತ್ತಿದ್ದೆವು, ಈ ಅವ್ಯವಸ್ಥೆಯಿಂದ ನಾವು ಹೇಗೆ ಹೊರಬರಬಹುದು ಎಂದು ಆಶ್ಚರ್ಯ ಪಡುತ್ತೇವೆ.

“ಎಲಿಜಬೆತ್. ನನಗೆ ಒಂದು ಉಪಾಯವಿದೆ ಆದರೆ ನೀವು ಏಕಾಂಗಿಯಾಗಿ ಹೋಗಬೇಕಾಗಿತ್ತು, ”ಎಂದು ಅವರು ಹೇಳಿದರು. ಅವಳು ವಿವರಿಸಲು ಹೋದಾಗ ನಾನು ಅವಳನ್ನು ನೋಡಿದೆ. ಕೋಣೆಯಲ್ಲಿರುವ ಏಕೈಕ ಬಂಡೆಗಳು ಮಾತ್ರ, ನಾನು ಐಸ್ ಪರ್ವತಾರೋಹಿಗಳಂತೆ ಮಣ್ಣನ್ನು ಏರಲು ಅಕ್ಷಗಳನ್ನು ಬಳಸಬಹುದು. "ನಾನು ನಿಮ್ಮನ್ನು ಒಯ್ಯುವಾಗ ನಾನು ಯಾಕೆ ಏಕಾಂಗಿಯಾಗಿ ಹೋಗಬೇಕಾಗಿತ್ತು" ಎಂದು ನಾನು ಕೇಳಿದೆ. “ನನಗೆ ನಿಮ್ಮ ಸಹಾಯ ಬೇಕಾಗಿಲ್ಲ ಅಥವಾ ಬೇಡ. ನಾನು ಇಲ್ಲದೆ ನೀವು ಹತಾಶರಾಗಿರಲು ಹಿಂದಿನ ಕಾರಣವನ್ನು ನಾನು ನಿಮಗೆ ಸಹಾಯ ಮಾಡಿದೆ "ಎಂದು ಅವರು ಪ್ರತಿಕ್ರಿಯಿಸಿದರು. ನಾನು ಪ್ರತಿಕ್ರಿಯಿಸುವ ಬಗ್ಗೆ ಅವಳನ್ನು ನೋಡುತ್ತಿದ್ದೆ.

ನಂತರ ಮೊದಲ ಕೋಣೆಯಿಂದ ಕೂಗುವುದು ಮತ್ತೊಮ್ಮೆ ನಮ್ಮ ಕಿವಿಯಲ್ಲಿ ಮೊಳಗಿತು. ನಾನು ಆರಿಯಾವನ್ನು ನನ್ನ ಬೆನ್ನಿನ ಮೇಲೆ ಬಲವಂತಪಡಿಸಿದೆ ಮತ್ತು ಅವಳು ತಕ್ಷಣವೇ ಹೋಗಲು ಪ್ರಯತ್ನಿಸಿದಳು. ನಾನು ಎರಡೂ ಅಕ್ಷಗಳನ್ನು ಹಿಡಿದು ಒಂದರಿಂದ ಮಣ್ಣಿನಲ್ಲಿ ಇರಿದೆ. ಆಶ್ಚರ್ಯಕರವಾಗಿ, ಇದು ಕೆಲಸ ಮಾಡಿದೆ! ನಾವು ನೆಲದಿಂದ ಹೊರಗುಳಿದಿದ್ದೇವೆ ಎಂದು ಆರಿಯಾ ಈಗ ಹೋಗಲು ಬಯಸುವುದಿಲ್ಲ ಎಂದು ನಾನು ಹೇಳಬಲ್ಲೆ. ನಾನು ಬಲಿಷ್ಠ ವ್ಯಕ್ತಿಯಲ್ಲ, ಮತ್ತು ಎರಡು 200 ಪೌಂಡ್ ಹುಡುಗಿಯರನ್ನು ಆಳವಾದ ರಂಧ್ರಕ್ಕೆ ಎಳೆಯಲು ನನ್ನ ತೋಳುಗಳನ್ನು ಬಳಸುವುದರಿಂದ ನನ್ನ ಸುಟ್ಟ ತೋಳಿನ ಮೇಲೆ ಸಾಕಷ್ಟು ಒತ್ತಡ ಉಂಟಾಗುತ್ತದೆ. ಈ ಸಮಯದಲ್ಲಿ ನನ್ನನ್ನು ಮುಂದುವರಿಸಿಕೊಂಡು ಹೋಗುವುದು ‘ಮಾಸ್ಟರ್’ ಅವಶೇಷಗಳಿಂದ ಮುರಿದು ಮೇಲಕ್ಕೆ ಏರಲು ಪ್ರಾರಂಭಿಸುತ್ತಿರುವುದು.

ಇದು ಸ್ವಲ್ಪ ಕಷ್ಟಪಡುತ್ತಿತ್ತು ಆದರೆ ಅದು ಇನ್ನೂ ಚಲಿಸುತ್ತಿದೆ ಮತ್ತು ಅದು ಅಂತಿಮವಾಗಿ ಮೇಲಕ್ಕೆ ತಲುಪಲು ಮತ್ತು ಅಂತಿಮವಾಗಿ ನಮ್ಮನ್ನು ಆ ರಂಧ್ರದಿಂದ ಹೊರಗೆಳೆಯಲು ಸಾಕಷ್ಟು ಪ್ರೇರಣೆಯಾಗಿತ್ತು. ನಾವು ಹುಲ್ಲು ಮತ್ತು ರಂಧ್ರದ ಮೇಲೆ ಮ್ಯಾಜಿಕ್ ಕೊಳಕು ತುಂಬಿದೆವು. ಆರಿಯಾ ಎದ್ದು ಕುಳಿತು ಕಾಲುಗಳನ್ನು ಸುತ್ತಲೂ ಬದಲಾಯಿಸಿದಳು, ಗೊಂದಲ ಮತ್ತು ಸೌಮ್ಯ ಕೋಪದ ಒಂದು ನೋಟ ಅವಳ ಮುಖದ ಮೇಲೆ ಅಂಟಿಸಿತು. ಆಗ ನನ್ನ ತೋಳನ್ನು ಗಮನಿಸಿದೆ. ನಮ್ಮ ಎಲ್ಲಾ ಗಾಯಗಳು ವಾಸಿಯಾದವು. ನಾವು ಒಬ್ಬರನ್ನೊಬ್ಬರು ನೋಡುತ್ತಿದ್ದೆವು, ಎದ್ದು, ನಾವು ಇನ್ನೂ ಅಲ್ಲಿದ್ದ ಯಾವುದನ್ನಾದರೂ ಸಂಗ್ರಹಿಸಿ ಹೊರಡಲು ಮತ್ತೆ ಮಹಲುಗೆ ಕಾಲಿಟ್ಟೆವು. ನಾನು ಜೆಸ್ಸಿ ಕೋಣೆಯಲ್ಲಿ ಇನ್ನೂ ಮೇಲಕ್ಕೆ ಎದ್ದಂತೆ ಕಾಣುತ್ತಿದ್ದೆ. ಸಮಯ ಇನ್ನೂ 1:37 ಓದಿದೆ, ಅದು ನಾವು ಮೊದಲು ರಂಧ್ರಕ್ಕೆ ಬಿದ್ದ ಸಮಯ.

ನಾನು ಜೆಸ್ಸಿಯ ಕೈಯನ್ನು ಹಿಡಿದು ಮನೆಯಿಂದ ಹೊರಗೆ ಎಳೆದಿದ್ದೇನೆ. ನಾವು ಮತ್ತೆ ನನ್ನ ಮನೆಗೆ ನಡೆದುಕೊಂಡು ಹೋಗುತ್ತಿದ್ದೆವು ಮತ್ತು ರಾತ್ರಿಯಿಡೀ ನಾವು ಮರಳಿ ತಂದ ಜಂಕ್ ತಿನ್ನುತ್ತೇವೆ ಮತ್ತು ಭಯಾನಕ ಚಲನಚಿತ್ರಗಳನ್ನು ನೋಡುತ್ತಿದ್ದೆವು. ಜೆಸ್ಸಿ ಅವರು ಹೊರಬಂದ ನಂತರ ಏನಾಯಿತು ಎಂಬುದರ ಬಗ್ಗೆ ನಾನು ಎಂದಿಗೂ ಹೇಳಲಿಲ್ಲ ಮತ್ತು ನಾನು ಎಂದಿಗೂ ಯೋಜಿಸಲಿಲ್ಲ. ಆರಿಯಾ ಯಾರಿಗಾದರೂ ಹೇಳಿದ್ದಾನೋ ಇಲ್ಲವೋ ಎಂಬುದು ಸಂಪೂರ್ಣವಾಗಿ ಅವಳ ಮೇಲಿದೆ. ಅದು ಮುಗಿದಿದೆ ಎಂದು ನನಗೆ ಸಂತೋಷವಾಯಿತು.

3

ಬಲವಾದ

ಮೊದಲ ದಿನ, ಜುಲೈನಲ್ಲಿ ಅತ್ಯಂತ ದಿನ. ನೆರೆಹೊರೆಯವರು ಒಳ ಉಡುಪುಗಳನ್ನು ತ್ಯಜಿಸಲು ಮತ್ತು ಆಂದೋಲನ ಮಾಡುವ ಅಭಿಮಾನಿಗಳ ಮುಂದೆ ತಮ್ಮನ್ನು ನೆಡುವಂತೆ ಮಾಡುವ ಬಿಸಿ. ಸಣ್ಣ ಕಿಡ್ಡೀ ಕೊಳಗಳಲ್ಲಿ ಕಾಲುಗಳನ್ನು ನೆಡಲಾಗುತ್ತದೆ, ಇದು ಕೊಳೆತ ನೀರಿನಿಂದ ತುಂಬಿರುತ್ತದೆ, ಮೂಲೆಯ ಮಾರುಕಟ್ಟೆಯಿಂದ ಚೀಲದ ಐಸ್ನೊಂದಿಗೆ ಅಗ್ರಸ್ಥಾನದಲ್ಲಿದೆ. ಐಸ್‌ಡ್ ಪೂಲ್‌ಗಳಿಗೆ ಅಡ್ಡಲಾಗಿ ಫ್ಯಾನ್ ಎರಕದ ಗಾಳಿ ಅವುಗಳ ವಿಕಿರಣ ದೇಹಗಳಿಂದ ಉಷ್ಣತೆಯನ್ನು ಕಡಿಮೆ ಮಾಡಲು ಏನನ್ನೂ ಮಾಡುವುದಿಲ್ಲ. ಬದಲಾಗಿ ಅದು ಬೆವರಿನಿಂದ ಹೊಳೆಯುವವರೆಗೂ ಬೆವರು ತಮ್ಮ ಮುಖ ಮತ್ತು ತೊಡೆಯ ಉದ್ದಕ್ಕೂ ಮತ್ತಷ್ಟು ತಳ್ಳುತ್ತದೆ.

ದಿನವನ್ನು ಮರೆಯುವುದು ಅಸಾಧ್ಯವಾಗಿದೆ. ನೀವು ಪ್ರಯತ್ನಿಸಿ, ಆದರೂ ಒಂದು ದಿನ ನೀವು ಉಸಿರಾಟಕ್ಕಾಗಿ ಸ್ಕ್ರಾಂಬಲ್ ಮಾಡುವ ದಿನ. ನಿಮ್ಮ ಮಗಳು ಥಿಯಾ ಆಮ್ಲಜನಕವನ್ನು ನೀಡಲು ನೀವು ಅವಳ ಮುಖದ ಧೈರ್ಯವನ್ನು ಧರಿಸುತ್ತೀರಿ. ಅವಳ ನಡುಗುವ ದೇಹಕ್ಕೆ ನೀವು ಅನ್ವಯಿಸುವ ದೃ pressure ವಾದ ಒತ್ತಡವನ್ನು ಅವಳು ಪ್ರಶಂಸಿಸುತ್ತಾಳೆ. ಅವಳ ಯೌವ್ವನದ ಚೌಕಟ್ಟಿನಿಂದ ದುಃಖವು ಮುಳುಗುತ್ತದೆ, ನಿಮ್ಮನ್ನು ಹಿಂದಕ್ಕೆ ಒತ್ತಾಯಿಸುತ್ತದೆ- ಒಂದು, ಎರಡು, ಮೂರು, ನೀವು ಇಬ್ಬರೂ ಮಂಚದ ಮೇಲೆ ಕುಸಿಯುವವರೆಗೆ. ಬೆವರು ಮತ್ತು ಕಣ್ಣೀರು, ಅವರೆಲ್ಲರೂ ಒಂದೇ.

ಹುಡುಗಿ ತಾಯಿ ಇಲ್ಲದೆ ಹೇಗೆ ಬದುಕಬಹುದು? ಬಲವಾದ ಉಸಿರಾಡುವಿಕೆಯು ಹೇಗೆ ಕಾಣುತ್ತದೆ ಎಂದು ಅವಳ ಮಾಡೆಲಿಂಗ್ ಇಲ್ಲದೆ

ನಾನು ಹೇಗೆ ಉಸಿರಾಡುತ್ತೇನೆ?

ಅವಳು ಹೇಳಬಲ್ಲದು ಅಷ್ಟೆ.

ನಿಮ್ಮ ಭಾವನಾತ್ಮಕ ದುರಾಶೆಯಲ್ಲಿ ನೀವು ಆಶ್ಚರ್ಯ ಪಡುತ್ತೀರಿ, ಇಡುತ್ತಾಳೆ ಅವಳು ಎಲ್ಲ ಪಾಸ್‌ವರ್ಡ್‌ಗಳನ್ನು ಎಲ್ಲಿ? ಥಿಯಾ ಅವರ ಜನನ ಪ್ರಮಾಣಪತ್ರ? ಅವಳು ಯಾವುದಕ್ಕೂ ಅಲರ್ಜಿ ಹೊಂದಿದ್ದಾಳೆ?

ರೇಯಾನ್-

ಅವರ ದಿನವು ನಿಮ್ಮ ದಿನಕ್ಕೆ ಧ್ರುವೀಯವಾಗಿದೆ. ಕಳೆದ ನಾಲ್ಕು ದಶಕಗಳಿಂದ ನಿಮ್ಮನ್ನು ಜೀವನದ ಮೂಲಕ ಕೊಂಡೊಯ್ಯುವ ದೇಹವು ಸುದೀರ್ಘವಾದ ಜೀವನವನ್ನು ನಡೆಸುವ ನಿರೂಪಣೆಯನ್ನು ಸುಳ್ಳು ಎಂದು ನಿರ್ಧರಿಸಿತು. ನೀವು ಸಾಯುವಿರಿ ಎಂದು ಕಂಡುಹಿಡಿಯಲು ನೀವು ಸತ್ತಿದ್ದೀರಿ ಎಂದು ಕೇಳುವುದಕ್ಕಿಂತ ಕಡಿಮೆ ನೋವಿನಿಂದ ಕೂಡಿದೆ. ಸತ್ತವರು ನೋವು ಕೇಳುವುದಿಲ್ಲ. ಸತ್ತವರಿಗೂ ಅದು ಅನಿಸುವುದಿಲ್ಲ.

ಇದು ಟರ್ಮಿನಲ್, ನೀವು ಅತ್ಯುತ್ತಮ ರೇಯಾನ್‌ನಲ್ಲಿ ವಾರಗಳನ್ನು ಹೊಂದಿದ್ದೀರಿ. ನನ್ನನ್ನು ಕ್ಷಮಿಸು.

ನಿಮ್ಮ ವ್ಯವಹಾರಗಳನ್ನು ಕ್ರಮವಾಗಿ ಪಡೆಯುವ ಸೂಚನೆಗಳೊಂದಿಗೆ ನಿಮ್ಮನ್ನು ಮನೆಗೆ ಕಳುಹಿಸಲಾಗುತ್ತದೆ. "ನೀವು ಸಾಯುತ್ತಿರುವಿರಿ ಎಂದು ನಿಮ್ಮ ಪ್ರೀತಿಪಾತ್ರರಿಗೆ ಹೇಗೆ ಹೇಳುವುದು" ಎಂಬ ಶೀರ್ಷಿಕೆಯ ಕರಪತ್ರಗಳು, ನೀವು ಹೋಗುವ ಮೊದಲು ನಿಮ್ಮ ಎಲ್ಲ ವ್ಯವಹಾರಗಳನ್ನು ಬಟನ್ ಮಾಡಲು ಸರಳವಾದ ಬುಲೆಟ್ ಪಾಯಿಂಟ್ ಯೋಜನೆ ಇದ್ದಂತೆ.

ಹಂತ 1, ನಾನು ಸಾಯುತ್ತಿದ್ದೇನೆ. ಆದರೆ ನಾನು ಕೆಲವು ಲಸಾಂಜಗಳನ್ನು ಬಿಡುವಿಲ್ಲದ ರಾತ್ರಿಗಳಿಗಾಗಿ ಫ್ರೀಜರ್‌ನಲ್ಲಿ ಬಿಟ್ಟಿದ್ದೇನೆ.

ಹ್ಯೂಗೋ-

ಅಂತ್ಯಕ್ರಿಯೆಯನ್ನು ಯೋಜಿಸುವುದು ಮುನ್ಸೂಚನೆಯಾಗಿದೆ. ಹವಾಮಾನ ತಜ್ಞರು ಹೆಚ್ಚಿನ ಶಾಖದ ಮಬ್ಬುಗಳನ್ನು ನಿರೀಕ್ಷಿಸುತ್ತಾರೆ ಎಂದು ಹೇಳುತ್ತಾರೆ. ಅದು ಏನೆಂದು ನಿಮಗೆ ನಿಖರವಾಗಿ ತಿಳಿದಿಲ್ಲ, ಆದರೆ ನೀವು ಈಗಾಗಲೇ ಅಂತರ್ಜಾಲದಲ್ಲಿ ಚಿಕಿತ್ಸೆಗಾಗಿ ಗಂಟೆಗಳ ಕಾಲ ಕಳೆದಿದ್ದೀರಿ. ಇನ್ನೂ ಕೆಲವು ನಿಮಿಷಗಳು ಏನು?

ಶಾಖದ ಮಬ್ಬು: ಶಾಖದ ಮಿನುಗು ಎಂದೂ ಕರೆಯಲ್ಪಡುತ್ತದೆ, ಬಿಸಿಯಾದ ಗಾಳಿಯ ದ್ರವ್ಯರಾಶಿಯ ಮೂಲಕ ವಸ್ತುಗಳನ್ನು ನೋಡುವಾಗ ಕಂಡುಬರುವ ಕೆಳಮಟ್ಟದ ಮರೀಚಿಕೆಯನ್ನು ಸೂಚಿಸುತ್ತದೆ.

ಪರಿಹಾರವು ನಿಮ್ಮ ದೇಹವನ್ನು ಪ್ರವಾಹ ಮಾಡುತ್ತದೆ, ಭೀತಿ ಸರಾಗವಾಗುತ್ತದೆ. ಇದು ಅಂತ್ಯವಲ್ಲ, ಇದೆಲ್ಲವೂ ಮರೀಚಿಕೆಯಾಗಿದೆ. ಅದು ಇರಬೇಕು.

ರೇಯಾನ್-

ಮೊದಲ ದಿನದ ನಂತರದ ಎಲ್ಲವನ್ನೂ ಈಗ ನಡುವೆ ಕರೆಯಲಾಗುತ್ತದೆ, ಮತ್ತು ನೀವು ಅದನ್ನು ಸ್ವೀಕರಿಸಲು ಹೇಗೆ ಬಂದಿದ್ದೀರಿ. ನಿಮ್ಮ ತಾಯಿಯನ್ನು ಹೆಚ್ಚು ಕರೆ ಮಾಡಿ, ಆದರೆ ಚಿಂತೆ ಮಾಡಲು ಏನಾದರೂ ಇದೆ ಎಂದು ಅವಳು ಅನುಮಾನಿಸುತ್ತಾಳೆ. ತಾಯಂದಿರಿಗೆ ತಿಳಿದಿದೆ.

ಅಪ್ಪುಗೆಯ ಪದವು ನಿಮ್ಮ ಗಂಡನ ಹೆಸರಿನ ಮೊದಲ ಮೂರು ಅಕ್ಷರಗಳಾಗಿ ಪರಿಣಮಿಸುತ್ತದೆ, ಏಕೆಂದರೆ ನೀವು ಭೇಟಿಯಾದ ಅತ್ಯುತ್ತಮ ಅಪ್ಪುಗೆಯವರು. ಸ್ವಲ್ಪ ಸಮಯದವರೆಗೆ ಅವನನ್ನು ತಬ್ಬಿಕೊಳ್ಳುವುದು ಗುಣಪಡಿಸಲಾಗದ ಪರಿಹಾರವೆಂದು ಭಾವಿಸುತ್ತದೆ.

ಕರಪತ್ರಗಳನ್ನು ಮರೆತುಬಿಡಿ, ನಿಮ್ಮ ಕುಟುಂಬವು ಅದಕ್ಕಿಂತ ಉತ್ತಮವಾದ ಕಳುಹಿಸುವಿಕೆಗೆ ಅರ್ಹವಾಗಿದೆ. ನಿಮ್ಮ ಮಗಳಿಗೆ ವೀಡಿಯೊ ಡೈರಿಯನ್ನು ಬಿಡಲು ಆನ್‌ಲೈನ್ ಬ್ಲಾಗ್‌ಗಳು ಹೇಳುತ್ತವೆ, ಏಕೆಂದರೆ ನಿಮ್ಮ ಕೆನ್ನೆಗಳಲ್ಲಿ ಸಿಕ್ಕಿಸಿದ ಡಿಂಪಲ್‌ಗಳು ಅವುಗಳಲ್ಲಿ ಪ್ರತಿಯೊಂದರಲ್ಲೂ ಬೆಕ್ಕಿನ ಕಣ್ಣಿನ ಅಮೃತಶಿಲೆಯನ್ನು ಹಿಡಿದಿಡಲು ಸಾಕಷ್ಟು ಆಳವಾಗಿರುತ್ತವೆ.

ಅವಳನ್ನು ಮರೆಯಲು ಬಿಡಬೇಡಿ.

ನಿಮ್ಮ ಮುಖವನ್ನು ಟ್ರ್ಯಾಪ್ ಮಾಡುವ ಕ್ಯಾಮೆರಾ ನಿಮ್ಮ ಮುಖದಂತೆ ಕಾಣುತ್ತಿಲ್ಲ ಎಂಬ ಕಲ್ಪನೆಯು ಅಸ್ಥಿರವಾಗಿದೆ. ನಂತರ ನೀವು ಕ್ಯಾಸೆಟ್‌ಗಳನ್ನು ನಿರ್ಧರಿಸುತ್ತೀರಿ, ಅವು ಸಂತೋಷದ ಮಾಧ್ಯಮ. ಕ್ಯಾಸೆಟ್ ಟೇಪ್‌ಗಳು "ಶೈಲಿಯಿಂದ ಹೊರಗಿದ್ದರೂ" , ಅವುಗಳಲ್ಲಿ ಅಪರೂಪದ ಕಾರಣದಿಂದಾಗಿ ಅವು ಇನ್ನಷ್ಟು ಅಮೂಲ್ಯವಾಗಬಹುದು.

ಸಂವಹನದ ಪ್ರಾಚೀನ ವಿಧಾನಗಳಂತೆ ತಾಯಂದಿರ ಪರಂಪರೆಯನ್ನು ಏನೂ ಕಿರುಚುವುದಿಲ್ಲ. ಟೈಪ್ ರೈಟರ್ ಮತ್ತು ಶಾಯಿಯ ರಿಬ್ಬನ್ ಅನ್ನು ಒಡೆಯಬಹುದು.

ಹ್ಯೂಗೋ-

ಅಳಿಯಂದಿರು, ಅವರು ಮಿಶ್ರ ಚೀಲ. ಸ್ವಾಭಾವಿಕವಾಗಿ ಅವರು ನಿಮ್ಮ ಪ್ರೀತಿಯ ರೇಯಾನ್ ಅವರನ್ನು ದೀರ್ಘಕಾಲದವರೆಗೆ ತಿಳಿದಿದ್ದಾರೆ. ಅವರು ಅವಳನ್ನು ರಚಿಸಿದ್ದಾರೆ ಆದ್ದರಿಂದ ಅಲ್ಲಿ ಮಾಲೀಕತ್ವವಿದೆ.

ಅವರು ಭೇಟಿ ಮತ್ತು ಕರೆ ಮತ್ತು ವೀಡಿಯೊ ಚಾಟ್ ಮಾಡಲಿ.

ಅವರು ಅವಳನ್ನು ಪಡೆಯುತ್ತಾರೆ ಅಷ್ಟೆ.

ನೀವು ಹಂಚಿಕೊಳ್ಳುವ ಮಗಳ ಜೊತೆ ಮತ್ತು ದೊಡ್ಡ ಪೆಟ್ಟಿಗೆ ಅಂಗಡಿಯಲ್ಲಿ ಖರೀದಿಸಲು ನೀವು ಒಪ್ಪಿದ ಬೆಡ್ ಲಿನಿನ್‌ಗಳ ಮೇಲೆ ಅವಳ ನೀಲಕ ಶಾಂಪೂ ವಾಸನೆ ಇರುತ್ತದೆ. ಅಳಿಯಂದಿರು ಅವಳನ್ನು ಮತ್ತೆ ವಾಸನೆ ಮಾಡಲಾರರು, ಆದರೆ ಮುಂದಿನ ಹೊರೆ ತೊಳೆಯುವಲ್ಲಿ ಸ್ವಲ್ಪ ಸಮಯದ ಮೊದಲು ನೀವು ತಿನ್ನುವೆ.

ರೇಯಾನ್-

ಮಿಶ್ರ ಟೇಪ್ಎರಡು ವಿಷಯಗಳನ್ನು ಪರಿಗಣಿಸಬೇಕು: ನೀವು

ತಯಾರಿಸಲು ನೀವುಯಾರಿಗಾಗಿ ಟೇಪ್ ತಯಾರಿಸುತ್ತಿದ್ದೀರಿ ಮತ್ತು ಸಂದರ್ಭ.

ಇದು ಜಾನ್ ಹ್ಯೂಸ್ ಚಲನಚಿತ್ರವಲ್ಲ ಎಂದು ನೀವೇ ನೆನಪಿಸಿಕೊಳ್ಳಿ, ಮತ್ತು ಥಿಯಾ ತನ್ನ ಜೀವನದ ಪ್ರೀತಿಯಿಂದ ದೂರ ಹೋಗುವುದಿಲ್ಲ ಆದರೆ ನಿಮ್ಮನ್ನು ಕಳೆದುಕೊಳ್ಳುತ್ತಾನೆ. ನೀವು ರೇಡಿಯೊದಲ್ಲಿ ಸ್ವಲ್ಪ ಮಧುರವನ್ನು ಕೇಳಿದಾಗ ಮತ್ತು ನೀವೇ ಯೋಚಿಸುವ ಸಂದರ್ಭಗಳಿವೆ, ಥಿಯಾ ಈ ಹಾಡನ್ನು ಇಷ್ಟಪಡುತ್ತಾರೆ. ನಂತರ, ಪ್ಲೇಪಟ್ಟಿಗಳಿಗೆ ಸ್ವಲ್ಪ ಬುದ್ಧಿವಂತಿಕೆ ಮತ್ತು ಮಾತುಗಳನ್ನು ಸೇರಿಸಿ, ಆಕೆಗೆ ಸಲಹೆ ಬೇಕಾದ ದಿನಗಳವರೆಗೆ ಆದರೆ ಅದನ್ನು ನೀಡಲು ನೀವು ಇಲ್ಲ.

ಸಣ್ಣ ಕಣ್ಣಿನ ರೋಲ್ ಅನ್ನು ಅನುಸರಿಸುತ್ತಿದ್ದರೂ ಸಹ, ಯಾವ ರೀತಿಯ ಸಂಗೀತವು ತನ್ನ ಹೆಣ್ಣುಮಕ್ಕಳ ಕಣ್ಣುಗಳನ್ನು ಮಿಂಚುವಂತೆ ಮಾಡುತ್ತದೆ ಎಂದು ತಾಯಿಗೆ ತಿಳಿದಿದೆ. ಹದಿಹರೆಯದವಳಾಗಿದ್ದರೂ ಅವಳು ನಿಮ್ಮ ಮಗುವಾಗಿದ್ದರೂ ಸಹ ಈ ರೀತಿಯ ತಿಳಿವಳಿಕೆ ಹೊಂದಿರುವುದು ಒಂದು ರೀತಿಯ ಮ್ಯಾಜಿಕ್.

ನಿಮ್ಮ ಮಗಳನ್ನು ಬೇರೆ ಯಾರಾದರೂ ಈ ರೀತಿ ತಿಳಿದುಕೊಳ್ಳುತ್ತಾರೆಯೇ ಎಂದು ನೀವು ಆಶ್ಚರ್ಯ ಪಡುತ್ತೀರಿ.

ಹ್ಯೂಗೋ-ಇರಬಹುದೆಂದು

ಟೇಪ್‌ಗಳುಅವಳು ನಿಮಗೆ ಹೇಳಿದಳು. ನೀವು ಅವುಗಳನ್ನು ಥಿಯಾಗೆ ನೀಡಬೇಕಾಗಿತ್ತು, ಬಹುಶಃ ಒಂದು ಬೆಳಿಗ್ಗೆ ನಿಮ್ಮ ಕಾಫಿಯನ್ನು ಕಪ್ಪು ಮತ್ತು ಗಾ dark ವಾಗಿ ಸಿಪ್ ಮಾಡುವಾಗ ನೀವು ಇಷ್ಟಪಡುವ ರೀತಿಯಲ್ಲಿ ಹುರಿದುಕೊಳ್ಳಬಹುದು.

ಇದು ಮುಖ್ಯ ಹ್ಯೂಗೋ, ನಾನು ಅವಳಿಗೆ ನೀಡಲು ಉಳಿದಿದ್ದೇನೆ. ಸರಿ, ಮತ್ತು ನೀವು ಸಹಜವಾಗಿ.

ಆ ಡಿಂಪಲ್ಗಳು, ನೀವು ಅವಳನ್ನು ಬೇಡವೆಂದು ಹೇಳಲು ಸಾಧ್ಯವಾಗುವುದಿಲ್ಲ ಮತ್ತು ಆದ್ದರಿಂದ ನೀವು ಸೌಮ್ಯವಾದ ತಲೆ ಮತ್ತು ಆಳವಾದ ನರ್ತನವನ್ನು ಒಪ್ಪುತ್ತೀರಿ.

ಅನಾರೋಗ್ಯ ಮತ್ತು ಆರೋಗ್ಯದ ಮೂಲಕ ಪ್ರತಿಜ್ಞೆ? ಸಾವು ಮತ್ತು ದುಃಖದ ಬಗ್ಗೆ ಏನು, ಅದರ ನಂತರ ಪ್ರತಿಜ್ಞೆ ಹೇಗಿರುತ್ತದೆ?

ಹೆಚ್ಚು ಮಬ್ಬು.

ರೇಯಾನ್-

ನಿಮ್ಮ ಮೊದಲ ದಿನ ಇಪ್ಪತ್ತೊಂಬತ್ತು ದಿನಗಳ ನಂತರ ಬರುತ್ತದೆ. ಕ್ಲೀಷೆ, ಕಳೆದ ಮೂವತ್ತು ದಿನಗಳು ಹೀಗಿರುತ್ತವೆ. ಫಿಲ್ಮ್ ರೀಲ್ನಂತೆ, ನೆನಪುಗಳು ನಿಮ್ಮ ಮನಸ್ಸಿನ ಕೊನೆಯ ನೋಟಕ್ಕಾಗಿ ಕ್ಲಿಕ್ ಮಾಡಿ ಮತ್ತು ತಿರುಗುತ್ತವೆ. ಕಪ್ಪು ಮತ್ತು ಬಿಳಿ ಬಣ್ಣದಲ್ಲಿ ಅಲ್ಲ, ಆದರೆ ಬೆರಳಿನಿಂದ ಚಿತ್ರಿಸಿದ ನಿರ್ಮಾಣ ಕಾಗದ ಮತ್ತು ವಿವಾಹ ಕೇಂದ್ರಗಳಲ್ಲಿ ಅಲಾಬಸ್ಟರ್ ಹೈಡ್ರೇಂಜಗಳ ರೋಮಾಂಚಕ ಬಣ್ಣಗಳಲ್ಲಿ.

ನಿಮ್ಮ ಕೋಣೆಯ ಮೂಲೆಯ ಕುರ್ಚಿಯಲ್ಲಿ ಥಿಯಾ ತಲೆಯಾಡಿಸುವವರೆಗೂ ಕಾಯಿರಿ, ನಿಮ್ಮ ಹಳೆಯ ಅಂಗಿಗಳಿಂದ ನೀವಿಬ್ಬರೂ ಒಟ್ಟಿಗೆ ಹೊಲಿದ ಕಂಬಳಿಯಲ್ಲಿ ಸುತ್ತಿ. ನಿಮ್ಮ ಮೇಲೆ ದುರ್ಬಲವಾದ ಬೆರಳುಗಳ ಸುತ್ತಲೂ ಹ್ಯೂಗೋ ಕೈಯಿಂದ ಸುತ್ತುವ ಸಣ್ಣ ಉಷ್ಣತೆಯನ್ನು ಹೀರಿಕೊಳ್ಳಿ. ಈ ಕೈಗಳು ವರ್ಷಗಳಲ್ಲಿ ಒಟ್ಟಿಗೆ ಜೋಡಿಸಲಾದ ಹಲವು ಗಂಟೆಗಳ ಕಾಲ ಕಳೆದವು ಮತ್ತು ಈಗ ಅವನ ಕೈಗಳು ಥಿಯಾಗೆ ಆಟವಾಡಲು ಗಂಟೆಗಳ ಕಾಲ ಕಳೆಯುತ್ತವೆ.

ನಿಮ್ಮ ಬಲವಾದ ಉಸಿರಾಡುವ ಸಮಯ ಇದು.

ಹ್ಯೂಗೋ-

ಹಳೆಯ ಕ್ಯಾಸೆಟ್ ಪ್ಲೇಯರ್ ಅನ್ನು ಬೇಕಾಬಿಟ್ಟಿಯಾಗಿ ಕೆಳಕ್ಕೆ ಎಳೆಯಿರಿ, ದಶಕಗಳ ಧೂಳನ್ನು ಸ್ಫೋಟಿಸಿ.

ಎಚ್ಚರಿಕೆಯಿಂದ ಕ್ಯುರೇಟೆಡ್ ಟೇಪ್‌ಗಳನ್ನು ಅವಳ ಎಳೆಯ ಕೈಯಲ್ಲಿ ಮೂರು ನಸುಕಂದು ಮಚ್ಚೆಗಳ ಅಂಚಿನೊಂದಿಗೆ ಇರಿಸಿದಾಗ ನಿಮ್ಮ ಮಗಳ ಮುಖದ ನೋಟವನ್ನು ಕಲ್ಪಿಸಿಕೊಳ್ಳಿ. ನಸುಕಂದು ಮಚ್ಚೆಗಳು ಅವಳ ಕ್ಷೀರ ಚರ್ಮವನ್ನು ಲಘುವಾಗಿ ಚುಂಬಿಸುತ್ತವೆ, ಮತ್ತು ಅವು ಸಾಮಾನ್ಯವಾಗಿ ಕಾಣುತ್ತವೆ ಎಂದು ತಿಳಿದು ನೀವು ಸ್ವಲ್ಪ ಸಮಾಧಾನದಿಂದ ಉಸಿರಾಡುತ್ತೀರಿ.

ಅವಳು ಟೇಪ್‌ಗಳನ್ನು ಬಯಸುವುದಿಲ್ಲ. ಅವಳ ಕಣ್ಣುಗಳು ಉಪ್ಪುಸಹಿತ ನೀರಿನ ಕಕ್ಷೆಗಳಿಂದ ಕೂಡಿರಬಹುದು. ಭಿಕ್ಷಾಟನೆಯ ಪ್ರಜ್ಞೆಯು ಅವಳ ತುಟಿಗಳನ್ನು ಕಳೆದಿದೆ, ದಯವಿಟ್ಟು ಡ್ಯಾಡಿ ನಾನು ಇನ್ನೂ ಸಿದ್ಧವಾಗಿಲ್ಲ.

ಅವಳು ತನ್ನ ತಾಯಿಯಿಂದ ಆನುವಂಶಿಕವಾಗಿ ಪಡೆದ ಡಿಂಪಲ್ಗಳನ್ನು ನೀವು ನೋಡುತ್ತಾಳೆ, ನೀವು ಅವಳ ಗಲ್ಲಕ್ಕೆ ನಿಧಾನವಾಗಿ ಹಿಡಿದಿಟ್ಟುಕೊಳ್ಳುವಾಗ ನಿಮ್ಮ ಬೆಚ್ಚಗಿನ ಹೆಬ್ಬೆರಳನ್ನು ಅವುಗಳಲ್ಲಿ ಒಂದಕ್ಕೆ ಒತ್ತಿರಿ. ಭವಿಷ್ಯವನ್ನು ಚಿತ್ರಿಸುವಾಗ, ಅವಳ ಮದುವೆಯ ಡ್ರೆಸ್ ಶಾಪಿಂಗ್ ಅನ್ನು ಯಾರು ತೆಗೆದುಕೊಳ್ಳುತ್ತಾರೆ ಮತ್ತು ಅವಳು ಮಗುವನ್ನು ಕಳೆದುಕೊಂಡರೆ ಅವಳ ಫೋನ್ ಕರೆಗಳನ್ನು ಯಾರು ತೆಗೆದುಕೊಳ್ಳುತ್ತಾರೆ ಎಂದು ನೀವು ಆಶ್ಚರ್ಯ ಪಡುತ್ತೀರಿ.

ಅದು ಖಂಡಿತವಾಗಿಯೂ ನೀವೇ ಆಗಿರುತ್ತದೆ.

4

ಸಾವಿನ ಅನಿವಾರ್ಯತೆ

ಕೆಲವು ಸ್ಥಳಗಳಲ್ಲಿ ಹತಾಶೆಯ ಸೆಳವು ಹೊಂದಿರುವ ಜೀವನಕ್ಕೆ ಅರ್ಥಹೀನತೆಯು ವ್ಯಾಪಿಸಿದೆ, ಅದರ ನಿವಾಸಿಗಳು ಭಯಭೀತರಾಗುತ್ತಾರೆ, ಅಥವಾ ಕನಿಷ್ಠ, ಸಾವಿನ ಅನಿವಾರ್ಯತೆಯ ಬಗ್ಗೆ ಅಸಡ್ಡೆ ಹೊಂದುತ್ತಾರೆ. ಕ್ಯಾಮ್ಡೆನ್ ಸಿಟಿ ಅಂತಹ ಸ್ಥಳವಾಗಿದೆ.

ಕ್ಯಾಮ್ಡೆನ್ ನಗರವನ್ನು ಕಿತ್ತುಹಾಕಿದ ಭೂತವಾಗಿದ್ದು, ಬಡತನ ಮತ್ತು ಭ್ರಷ್ಟಾಚಾರ, ಹಿಂಸೆ, ಮಾದಕ ವಸ್ತುಗಳು ಮತ್ತು ರೋಗಗಳಿಂದ ಬಳಲುತ್ತಿದೆ. ಅದರ ನಿವಾಸಿಗಳು ಸೂರ್ಯನ ಶಾಖದಲ್ಲಿ ರೋಗಪೀಡಿತ, ಸಾಯುತ್ತಿರುವ ಪ್ರಾಣಿಗಳ ಪ್ರಾಸ್ಟ್ರೇಟ್ನಂತೆ ಇರುವ ಕೊಳೆಯುವಿಕೆಯ ನಡುವೆ ಸುತ್ತುತ್ತಾರೆ.

ಈ ನಗರದೊಳಗೆ, ವ್ಯತಿರಿಕ್ತವಾಗಿ ಮತ್ತು ವ್ಯತಿರಿಕ್ತವಾಗಿ, ಕೂಪರ್ ಯೂನಿವರ್ಸಿಟಿ ಆಸ್ಪತ್ರೆಯ ಆಧುನಿಕ ಗಾಜು ಮತ್ತು ಉಕ್ಕಿನ ಸಂಕೀರ್ಣವು ಪ್ರಕಾಶಮಾನವಾದ, ಕೃತಕ ಬೆಳಕಿನಲ್ಲಿ ಎಚ್ಚರಗೊಳ್ಳುತ್ತದೆ, ಇದು ಮುಖ್ಯವಾಹಿನಿಯ ಮಾನವಕುಲದ ಉಗ್ರ ಬಯಕೆಯ ಒಂದು ಮಹತ್ವದ ಸ್ಮಾರಕವಾಗಿದೆ. ವಿಸ್ತಾರವಾದ ಎಕರೆ ನಗರ ನವೀಕರಣ, ಅದರ ಗಡಿಗಳನ್ನು ಮುಚ್ಚಿದ ಸಾಲು ಮನೆಗಳ ಮೇಲೆ ಆಸ್ಪತ್ರೆ ಅಸ್ತಿತ್ವದಲ್ಲಿದೆ, ಹತಾಶೆಯ ನಿಜವಾದ ಮರುಭೂಮಿಯಲ್ಲಿ ಭರವಸೆಯ ಸುಳ್ಳು ಓಯಸಿಸ್.

ಕ್ಯಾಶ್, ಕಾಲಿಂಗ್ಸ್ ಮತ್ತು ಹ್ಯಾವರ್‌ನ ಪ್ರಸಿದ್ಧ ಹ್ಯಾಡನ್‌ಫೀಲ್ಡ್ ಕಾನೂನು ಸಂಸ್ಥೆಯ ಹಿರಿಯ ಪಾಲುದಾರ ಫ್ರಾಂಕ್ ಕ್ಯಾಶ್ ನಿಧಾನವಾಗಿ ತನ್ನ ಹೊಳೆಯುವ ಹೊಸ ಬಿಎಂಡಬ್ಲ್ಯು ಅನ್ನು ಆಸ್ಪತ್ರೆಯ ಸುತ್ತುವರಿದ ಪಾರ್ಕಿಂಗ್ ಗ್ಯಾರೇಜ್‌ಗ ತಿರುಗಿಸಿದರು. ಡ್ಯಾಶ್‌ಬೋರ್ಡ್ ಡಿಜಿಟಲ್ ಮಿನುಗುತ್ತಿದ್ದಂತೆ ಅವನು

ತಡೆಗೋಡೆಯ ಸ್ವಲ್ಪ ದೂರದಲ್ಲಿ ನಿಲ್ಲಿಸಿದನು: 4:01 AM.

ಚಾಲಕನ ಕಿಟಕಿ ಮೌನವಾಗಿ ಕೆಳಕ್ಕೆ ಇಳಿಯುತ್ತಿದ್ದಂತೆ, ಈ ಕತ್ತಲೆಯಾದ ನವೆಂಬರ್ ಬೆಳಿಗ್ಗೆಯಿಂದ ತಣ್ಣನೆಯ ತೇವವು ಕಾರಿನ ಬೆಚ್ಚಗಿನ ಒಳಭಾಗಕ್ಕೆ ನುಸುಳಿತು. ನಗದು ಅದರ ವಿರುದ್ಧ ಸ್ವಲ್ಪ ನಡುಗಿತು, ಸ್ವಯಂಚಾಲಿತ ಟಿಕೆಟ್ ಯಂತ್ರಕ್ಕೆ ಒಂದು ಕೈಯನ್ನು ತಲುಪುತ್ತದೆ ಮತ್ತು ಹೊಳೆಯುವ ಹಸಿರು ಗುಂಡಿಯ ವಿರುದ್ಧ ಹಸ್ತಾಲಂಕಾರ ಮಾಡಿದ ಬೆರಳನ್ನು ಒತ್ತಿ. ಹರ್ಷಚಿತ್ತದಿಂದ ಕಂಪ್ಯೂಟರ್ ರಚಿಸಿದ ಪುರುಷ ಧ್ವನಿಯನ್ನು ಅವನು ಅರಿವಿಲ್ಲದೆ ಕೋಪಗೊಂಡನು, ಅದು ವಿತರಿಸಿದ ಪಾರ್ಕಿಂಗ್ ಸ್ಟಬ್ನೊಂದಿಗೆ ಬಂದಿತು.

"ಕೂಪರ್ ಯೂನಿವರ್ಸಿಟಿ ಹಾಸ್ಪಿಟಲ್ ಪಾರ್ಕಿಂಗ್ ಸೌಲಭ್ಯಕ್ಕೆ ಸುಸ್ವಾಗತ."

ಸ್ಟಬ್ ಅನ್ನು ತನ್ನ ಜೇಬಿಗೆ ತೂರಿಸಿ, ನಗದು ಕಾರನ್ನು ಎಡಕ್ಕೆ ತಿರುಗಿಸಿ ಸುಮಾರು ನಿರ್ಜನವಾದ ಗ್ಯಾರೇಜ್ನ ನಯವಾದ ಕಾಂಕ್ರೀಟ್ ರಾಂಪ್ ಅನ್ನು ತ್ವರಿತವಾಗಿ ಹೆಚ್ಚಿಸಿತು. ಅವನ 750 ಕ್ಕೆ ವಿರುದ್ಧವಾಗಿ ಫ್ಯಾಮಿಲಿ ಮಿನಿ ವ್ಯಾನ್ ಅನ್ನು ಬಳಸುವುದು ಹೆಚ್ಚು ವಿವೇಕಯುತವಾಗಿರಬಹುದು ಎಂದು ಅವನಿಗೆ ಸಂಭವಿಸಿದೆ. ಎಲಿವೇಟರ್ ಬ್ಯಾಂಕಿನ ಸುತ್ತ ಕೇಂದ್ರೀಕೃತವಾಗಿರುವ ಎರಡನೇ ಹಂತದಲ್ಲಿ ನಿಲುಗಡೆ ಮಾಡಿದ ವಾಹನಗಳ ಒಂದು ಸಣ್ಣ ಗುಂಪನ್ನು ಅವನು ಗಮನಿಸಿದನು. ಅವನು ಬೇಗನೆ ನಿಲ್ಲಿಸಿ ಲಿಫ್ಟ್‌ಗ ಹೆಜ್ಜೆ ಹಾಕಿದನು.

ಹತ್ತು ನಿಮಿಷಗಳ ನಂತರ ಅವರು ತುರ್ತು ಕೋಣೆಯೊಳಗೆ ಇರುವ ಸಣ್ಣ ಸಮಾಲೋಚನಾ ಕೊಠಡಿಯಲ್ಲಿ ಕಿಟಕಿಯ ಎದುರು ನಿಂತಿದ್ದರು. ಅವರು ಹ್ಯಾಡ್ಡನ್ ಅವೆನ್ಯೂವನ್ನು ನೋಡುತ್ತಿದ್ದರು ಮತ್ತು ಹತ್ತಿರದಲ್ಲಿ ಒಂದು ಸ್ಕ್ವಾಟ್ ಕಟ್ಟಡವನ್ನು ನೋಡಿದರು. 'ಕ್ಯಾಮ್ಡೆನ್ ಪೊಲೀಸ್ ಇಲಾಖೆ' ಎಂಬ ಪದಗಳು ಆಸ್ಪತ್ರೆಯಲ್ಲಿ ಮತ್ತು ಸುತ್ತಮುತ್ತಲಿನ ಯಾರಿಗಾದರೂ ತಮ್ಮನ್ನು ತಾವು ವರ್ತಿಸುವಂತೆ ನ್ಯಾಯಯುತ ಎಚ್ಚರಿಕೆ ನೀಡಿವೆ. ಕೂಪರ್ ಸುತ್ತಮುತ್ತಲಿನ ನಗರದಿಂದ ಸಾಧ್ಯವಾದಷ್ಟು ಪರಿಣಾಮಕಾರಿಯಾಗಿ ಪ್ರತ್ಯೇಕಿಸಲ್ಪಟ್ಟಿತು, ಅಂತರರಾಜ್ಯ 676 ಮತ್ತು ಪೂರ್ವಕ್ಕೆ ಉದ್ಯಾನವನ, ಉತ್ತರಕ್ಕೆ ಪೊಲೀಸ್ ಪ್ರಧಾನ ಕಚೇರಿ, ಆಸ್ಪತ್ರೆಯ ಸಿಬ್ಬಂದಿ ಮತ್ತು ವೈದ್ಯಕೀಯ ಕಚೇರಿಗಳಿಗೆ ದಕ್ಷಿಣ ಮತ್ತು ಪಶ್ಚಿಮಕ್ಕೆ ನಿವಾಸಗಳಾಗಿ ಬಳಸಿದ ನವೀಕರಿಸಿದ ವಸತಿ.

ಇದು ಹೆಚ್ಚು ಲಾಭದಾಯಕ ಯೋಜನೆಯಾಗಿತ್ತು, ಅವರು ದೃಶ್ಯವನ್ನು ಸ್ಕ್ಯಾನ್ ಮಾಡುವಾಗ ನಗದು ನೆನಪಿಸಿಕೊಂಡರು, ಗೈರುಹಾಜರಿಯಿಲ್ಲದೆ ಅವನ ಮುಂದೆ ಸಿಲ್ನಿಂದ ಸ್ವಲ್ಪ ಮಸಿ ಕೆರೆದು, ನಿದ್ರೆಯು ಅವನ ಕಣ್ಣುಗಳನ್ನು ಕುಟುಕುತ್ತದೆ. ಸಾಕಷ್ಟು ಲಾಭದಾಯಕ.

ಅವನು ಕಾಯುತ್ತಿದ್ದಾಗ, ಕ್ಯಾಶ್‌ನ ಆಲೋಚನೆಗಳು ಕಳೆದ ಸಂಜೆಯ ಘಟನೆಗಳಿಗೆ ಮರಳಿದವು: ಮೂರ್‌ಸ್ಟನ್‌ನಲ್ಲಿರುವ ತನ್ನ ವಿಸ್ತಾರವಾದ ವಿಕ್ಟೋರಿಯನ್ ಮನೆಯಲ್ಲಿ ಕುಟುಂಬದೊಂದಿಗೆ ಶಾಂತ ಭೋಜನ, ಕೆಲವು ಓದುವಿಕೆ, ತಡರಾತ್ರಿಯ ಸುದ್ದಿ, ನಿದ್ರೆ, ಮತ್ತು ನಂತರ ಫೋನ್ ಕರೆ.

“ಹಲೋ?” ಅವನು ಮೌತ್‌ಪೀಸ್‌ಗೆ ಪಿಸುಗುಟ್ಟಿದನು, ಮಲಗಿದ್ದ ಅವನ ಹೆಂಡತಿಯನ್ನು ಅವನ ಪಕ್ಕದಲ್ಲಿ ನಿಧಾನವಾಗಿ ಕಲಕುತ್ತಿದ್ದಂತೆ ನೋಡುತ್ತಿದ್ದನು.

“ಮಿ. ನಗದು? ” ತಾತ್ಕಾಲಿಕ ಧ್ವನಿ ಪ್ರಾರಂಭವಾಯಿತು. "ಇದು ಕೆನ್, ಸರ್, ಕೆನ್ ಬ್ಯಾರೊಸ್."

ಜೀಸಸ್ ಕ್ರೈಸ್ಟ್, ನಗದು ಯೋಚಿಸಿದೆ, ಸಂಸ್ಥೆಯ ಅತ್ಯಂತ ಕಿರಿಯ ಸದಸ್ಯನು ಈ ಗಂಟೆಯಲ್ಲಿ ಏನು ಬಯಸಬಹುದು?

"ಏನು, ಬ್ಯಾರೊಸ್, ಇದು ಬೆಳಿಗ್ಗೆ ಮೂರು-ಮೂವತ್ತು."

“ಹೌದು, ಸರ್, ನಾನು ಅದನ್ನು ಅರಿತುಕೊಂಡೆ. ಅದು ಅಷ್ಟೇ... ಅಲ್ಲದೆ, ನಾನು ಇಂದು ರಾತ್ರಿ ಕರೆ ಮಾಡುತ್ತಿದ್ದೇನೆ. FOP ಗಾಗಿ, ನಿಮಗೆ ತಿಳಿದಿದೆ, ಪೊಲೀಸ್ ಯೂನಿಯನ್. ಕರೆ ಮಾಡಲು ಇದು ನನ್ನ ವಾರ. ”

ನಗದು ಮುಖವಾಣಿಗೆ ಮುಖ ಮಾಡಿ, ಮತ್ತೆ ತನ್ನ ಹೆಂಡತಿಯನ್ನು ನೋಡುತ್ತಿದೆ. ಅವಳು ಪುನಃ ನೆಲೆಸಿದಂತೆ ತೋರುತ್ತಿದ್ದಳು, ಅವಳ ರಾತ್ರಿಯ ಮಲಗುವ ಮಾತ್ರೆ ಅದರ ಅದ್ಭುತವನ್ನು ಕೆಲಸ ಮಾಡುತ್ತದೆ.

"ಮತ್ತು?" ನಗದು ಕಠಿಣವಾಗಿ ಕೇಳಿದೆ.

ಬ್ಯಾರೊಸ್ ವಿರಾಮಗೊಳಿಸಿದರು, ಬಹುಶಃ ಇದ್ದಕ್ಕಿದ್ದಂತೆ ಕರೆಯ ಬುದ್ಧಿವಂತಿಕೆಯನ್ನು ಪುನರ್ವಿಮರ್ಶಿಸುತ್ತಾರೆ. ನಂತರ, ಪುನರಾವರ್ತಿತ ಆಲೋಚನೆಯಿಂದ ಭರವಸೆ ಪಡೆದ ಅವರು ಮುಂದುವರಿಸಿದರು.

“ಒಂದು ಶೂಟಿಂಗ್ ನಡೆದಿದೆ ಸರ್. ಮಾರಣಾಂತಿಕ ಪೊಲೀಸ್ ಶೂಟಿಂಗ್. ಓರ್ವ ವ್ಯಕ್ತಿ ಮೃತಪಟ್ಟಿದ್ದಾನೆ, ಆದರೆ ಯಾವುದೇ ಪೊಲೀಸರು ಗಾಯಗೊಂಡಿಲ್ಲ. ಯೂನಿಯನ್ ಪ್ರತಿನಿಧಿ ಕೆಲವು ನಿಮಿಷಗಳ ಹಿಂದೆ ನನ್ನನ್ನು ದೃಶ್ಯದಿಂದ ಕರೆದರು. ಅವನು ನನ್ನನ್ನು ಅಲ್ಲಿಗೆ ಇಳಿಸಲು ಬಯಸುತ್ತಾನೆ. "

ನಗದು ಕೋಪವು ಸ್ಕೋಲ್ಗೆ ತಿರುಗಿತು. “ಖಂಡಿತ ಅವನು ಮಾಡುತ್ತಾನೆ, ಬರೋಸ್. ಇಪ್ಪತ್ನಾಲ್ಕು ಏಳು ಕರೆಗಳಲ್ಲಿ ವಕೀಲರನ್ನು ಹೊಂದುವ ಉದ್ದೇಶ ಅದು. ನೀವು ಒಕ್ಕೂಟಗಳನ್ನು ಪ್ರತಿನಿಧಿಸುವಾಗ ಇದು ಕಡ್ಡಾಯವಾಗಿದೆ. ಆದರೆ ದೇವರ ಹೆಸರಿನಲ್ಲಿ ನೀವು ಯಾಕೆ ಅಗತ್ಯವೆಂದು ಭಾವಿಸಿದ್ದೀರಿ? ”

“ ನೀವು ತಿಳಿಯಬೇಕೆಂದು ನೀವು ಭಾವಿಸಿದ್ದೀರಿ, ಸರ್, ”ಬ್ಯಾರೊಸ್ ಅಡ್ಡಿಪಡಿಸಿದರು, ಅವರ ಸ್ವರದಲ್ಲಿ ಹೊಸ ವಿಶ್ವಾಸ. “ನೀವು ನೋಡಿ, ಶೂಟಿಂಗ್ ಕ್ಯಾಮ್ಡೆನ್ ಸಿಟಿಯಲ್ಲಿತ್ತು. ಅದು ಬಿಳಿ ಅಧಿಕಾರಿ, ಸತ್ತ ವ್ಯಕ್ತಿ ಕಪ್ಪು. ಮತ್ತು ಭಾಗಿಯಾಗಿರುವ ಅಧಿಕಾರಿ, ಅಪರಾಧಿಯನ್ನು ಗುಂಡು ಹಾರಿಸಿದವನು... ಅದು ಹೊಸ ಅಧಿಕಾರಿ. ” ಅವರು ಪರಿಣಾಮಕ್ಕಾಗಿ ಇಲ್ಲಿ ವಿರಾಮಗೊಳಿಸಿದರು. ಬ್ಯಾರೊಸ್, ಯೌವನದ ಹೊರತಾಗಿಯೂ, ಉತ್ತಮ ವಕೀಲರಾಗಿದ್ದರು. ಒಂದು ಹಂತವನ್ನು ಹೇಗೆ ಪರಿಣಾಮಕಾರಿಯಾಗಿ ಮನೆಗೆ ತರುವುದು ಎಂದು ಅವರಿಗೆ ತಿಳಿದಿತ್ತು.

"ಇದು ಆಂಥೋನಿ ಮೈಲ್ಸ್." ಮತ್ತೊಂದು ಸ್ವಲ್ಪ ವಿರಾಮ. “ಸರ್, ನಿಮಗೆ ತಿಳಿದಿದೆ ಎಂದು ನಾನು ಭಾವಿಸಿದೆ. ಖಂಡಿತ, ನೀವು ಬಯಸಿದರೆ ನಾನು ಅದನ್ನು ನಿಭಾಯಿಸುತ್ತೇನೆ... ಆದರೆ ನಿಮಗೆ ತಿಳಿದಿರಬೇಕು ಎಂದು ನಾನು ಭಾವಿಸಿದೆ. ”

ಈಗ ನಗದು ನೆಟ್ಟಗೆ ಕುಳಿತಿದೆ, ಚಳುವಳಿ ತನ್ನ ಹೆಂಡತಿಯನ್ನು ಮತ್ತಷ್ಟು ತೊಂದರೆಗೊಳಿಸುತ್ತದೆಯೋ ಇಲ್ಲವೋ ಎಂಬ ಬಗ್ಗೆ ಅಸಡ್ಡೆ. "ಓಹ್," ಅವರು ಹೇಳಿದರು, ಅವರ ಮನಸ್ಸು ಅಸಮಾಧಾನಗೊಂಡ ಉದ್ಯೋಗದಾತರಿಂದ ರಕ್ಷಣಾತ್ಮಕ ವಕೀಲರಿಗೆ ತೀವ್ರವಾಗಿ ಬದಲಾಗುತ್ತದೆ. "ಓಹ್," ಅವರು ಪುನರಾವರ್ತಿಸಿದರು.

ಸ್ವಲ್ಪ ಸಮಯದ ಮೌನದ ನಂತರ ಅವರು ಮತ್ತೆ ಮಾತನಾಡಿದರು. “ಘಟನಾ ಸ್ಥಳದಲ್ಲಿ ಯೂನಿಯನ್ ಪ್ರತಿನಿಧಿಯನ್ನು ಕರೆ ಮಾಡಿ. ಮೈಲ್ಸ್ ಅನ್ನು ರೇಡಿಯೊ ಕಾರಿನಲ್ಲಿ ಇರಿಸಿ ಮತ್ತು ಕೂಪರ್ ಎಎಸ್ಎಪಿಗೆ ಕರೆದೊಯ್ಯಲು ಹೇಳಿ. ನಾನು ಮುಂದೆ ಕರೆ ಮಾಡಿ ತುರ್ತು ಕೋಣೆಯ ಉಸ್ತುವಾರಿ ವಹಿಸುವವರನ್ನು ಹಿಡಿಯುತ್ತೇನೆ. ನನಗೆ ಮೈಲ್ಸ್ ನಿದ್ರಾಜನಕ ಬೇಕು. ಮಗುವಿಗೆ ಒತ್ತಡವಿದೆ ಮತ್ತು ವೈದ್ಯರನ್ನು ಭೇಟಿ ಮಾಡಬೇಕಾಗಿದೆ ಎಂದು ಮನವರಿಕೆ ಮಾಡಲು ಯೂನಿಯನ್ ಪ್ರತಿನಿಧಿಗೆ ಹೇಳಿ. ಒಮ್ಮೆ ವೈದ್ಯರು ಅವನಿಗೆ drug ಷಧಿ ಪಡೆದರೆ, ಅವರನ್ನು ಸಂದರ್ಶನ ಮಾಡಲು ಸಾಧ್ಯವಿಲ್ಲ ಎಂದು ಕಾನೂನು ಹೇಳುತ್ತದೆ. ಇದು ನಮಗೆ ಸ್ವಲ್ಪ ಸಮಯವನ್ನು ಖರೀದಿಸುತ್ತದೆ. ನಾನು ಮೂವತ್ತು ನಿಮಿಷಗಳಿಗಿಂತ ಕಡಿಮೆ ಅವಧಿಯಲ್ಲಿ ಆಸ್ಪತ್ರೆಯಲ್ಲಿರಬಹುದು. ”

“ಹೌದು, ಸರ್, ನಾನು ಪ್ರತಿನಿಧಿಯನ್ನು ಕರೆಯುತ್ತೇನೆ. ನಾನು ನಿಮ್ಮನ್ನು ಅಲ್ಲಿ ಭೇಟಿಯಾಗಬೇಕೇ? ”

ನಗದು ಅದನ್ನು ಪರಿಗಣಿಸಿದೆ. “ಇಲ್ಲ. ಪ್ರತಿನಿಧಿಯು ಮೈಲ್ಸ್ ಅನ್ನು ಇಆರ್ಗೆ ತಕ್ಷಣವೇ ಪಡೆಯುತ್ತಾನೆ ಎಂದು ಖಚಿತಪಡಿಸಿಕೊಳ್ಳಿ. ನಾನು ಚಕ್ರಗಳನ್ನು ಗ್ರೀಸ್

ಮಾಡುತ್ತೇನೆ. ಕೆಲವು ಇಂಟರ್ನ್ ನಿದ್ರಾಜನಕ ಮಾಡಲು ನಾನು ಬಯಸುವುದಿಲ್ಲ.
"

"ಹೌದು, ಸರ್," ಬ್ಯಾರೊಸ್ ಹೇಳಿದರು, ಅವರ ವಿಶ್ವಾಸ ಈಗ ಬಲವಾಗಿದೆ. ಅವನು ತನ್ನನ್ನು ತಾನೇ ಸಂತೋಷಪಡಿಸಿದನು, ನಗದು ಯೋಚಿಸಿದನು. ಅವನು ಇರಬೇಕು.

"ನೀವು ಕರೆಯುವುದು ಸರಿ, ಕೆನ್. ಇದು ಮನಸ್ಸಿನ ಉತ್ತಮ ಉಪಸ್ಥಿತಿಯನ್ನು ತೋರಿಸುತ್ತದೆ. "

"ಧನ್ಯವಾದಗಳು ಸರ್. ನಿಮಗೆ ತಿಳಿದಿರಬೇಕು ಎಂದು ನಾನು ಭಾವಿಸಿದೆವು.
"

ನಗದು ಹಾಸಿಗೆಯಿಂದ ಜಾರಿ, ಕ್ಷೌರ ಮತ್ತು ಡ್ರೆಸ್ಸಿಂಗ್ ಬೇಗನೆ. ಅವನು ತನ್ನ ಹೆಂಡತಿಗಾಗಿ ಒಂದು ಟಿಪ್ಪಣಿಯನ್ನು ಬಿಟ್ಟು 38 ನೇ ಮಾರ್ಗಕ್ಕೆ ಓಡಿದನು, ಮೂರ್‌ಔಸ್‌ಟನ್‌ನ ಸೊಂಪಾದ, ಅಂದಗೊಳಿಸಿದ ವೈಭವವನ್ನು ಇಪ್ಪತ್ತು ನಿಮಿಷಗಳ ಕಾಲ ಕ್ಯಾಮ್ಡೆನ್ ನಗರದ ಬಂಜರು, ನಿರ್ಜನ ಪಾಳುಭೂಮಿಗೆ ಓಡಿಸಿದನು. ಮಂಜುಗಡ್ಡೆಯ ಕತ್ತಲೆಯ ಮೂಲಕ ಬಿಎಂಡಬ್ಲ್ಯು ವೇಗವಾಗಿ ಕತ್ತರಿಸುತ್ತಿದ್ದಂತೆ, ನಗದು ಪೊಲೀಸ್ ಅಧಿಕಾರಿ ಆಂಥೋನಿ ಮೈಲ್ಸ್ ಬಗ್ಗೆ ಯೋಚಿಸಿದರು.

ಕೌಂಟಿ ಪೊಲೀಸ್ ಅಕಾಡೆಮಿಯಲ್ಲಿ ಪದವಿ ಪಡೆದ ನಂತರ ಮೈಲ್ಸ್ ನೇರವಾಗಿ ಕ್ಯಾಮ್ಡೆನ್ ಸಿಟಿ ಪೊಲೀಸ್ ಇಲಾಖೆಗೆ ಹೋಗಿದ್ದರು. ಎಲ್ಲಾ ರೂಕಿಗಳಂತೆ, ಹಿರಿಯ ತರಬೇತಿ ಅಧಿಕಾರಿಯೊಂದಿಗೆ ವಾಡಿಕೆಯ ಗಸ್ತು ಕರ್ತವ್ಯಕ್ಕೆ ಅವರನ್ನು ನಿಯೋಜಿಸಲಾಗಿತ್ತು. ಅಂತಹ ಹೆಚ್ಚಿನ ಸಂದರ್ಭಗಳಲ್ಲಿ, ಯಾವುದೇ ದೂರದಿಂದ ಪ್ರಭಾವಶಾಲಿ ಸ್ಥಾನದಲ್ಲಿರುವ ಯಾರೂ ಗಮನಿಸಲು ಅಥವಾ ಕಾಳಜಿ ವಹಿಸಲು ಕಾರಣವಾಗುವುದಿಲ್ಲ.

ಆದರೆ ಮೈಲ್ಸ್ ವಿಭಿನ್ನವಾಗಿತ್ತು. ಮೈಲ್ಸ್ ನ್ಯೂಜೆರ್ಸಿಯ ರಾಜ್ಯದ ಯುನೈಟೆಡ್ ಸ್ಟೇಟ್ಸ್ ಅಟಾರ್ನಿ ಕರ್ಟಿಸ್ ಮೈಲ್ಸ್ ಅವರ ಮಗ. ರಿಪಬ್ಲಿಕನ್ ಯುನೈಟೆಡ್ ಸ್ಟೇಟ್ಸ್ ಅಟಾರ್ನಿ.

ಎರಡು ದಶಕಗಳಿಗಿಂತಲೂ ಹೆಚ್ಚು ಕಾಲ ನ್ಯೂಜೆರ್ಸಿಯ ರಾಜಕೀಯದ ಮೇಲೆ ಬಲವಾದ ಮತ್ತು ಲಾಭದಾಯಕ ಹಿಡಿತವನ್ನು ಉಳಿಸಿಕೊಂಡಿದ್ದ ಡೆಮಾಕ್ರಟಿಕ್ ಯಂತ್ರಕ್ಕೆ ಕ್ಯಾಮ್ಡೆನ್ ಶೂನ್ಯವಾಗಿತ್ತು. ಮಾಜಿ ಕೌಂಟಿ ಅಧ್ಯಕ್ಷರ ಮಗನಾದ ಫ್ರಾಂಕ್ ಕ್ಯಾಶ್ ತನ್ನ ಪಾಕೆಟ್‌ಗಳನ್ನು ಮುಚ್ಚಿ ತನ್ನ ಕಾನೂನು ಸಂಸ್ಥೆಯ ಬೊಕ್ಕಸವನ್ನು ಲೆಕ್ಕವಿಲ್ಲದಷ್ಟು ಒಪ್ಪಂದಗಳು, ಉಳಿಸಿಕೊಳ್ಳುವವರು ಮತ್ತು ರಾಜ್ಯ ಮತ್ತು ಕೌಂಟಿ ತೆರಿಗೆ ಡಾಲರ್‌ಗಳೊಂದಿಗೆ ಹಣಕಾಸು ಒದಗಿಸಿದ

ಶುಲ್ಕಗಳಿಂದ ತುಂಬಿಸಿದ್ದ. ವಾಸ್ತವವಾಗಿ, ದಕ್ಷಿಣ ಜರ್ಸಿಯ ಪ್ರತಿ ಪೊಲೀಸ್ ಒಕ್ಕೂಟದ ಅವರ ಸಂಸ್ಥೆಯ ಲಾಭದಾಯಕ ಪ್ರಾತಿನಿಧ್ಯವು ಅಂತಹ ಒಂದು ಪ್ಲಮ್ ಆಗಿತ್ತು.

ಆದ್ದರಿಂದ ನಗದು ಕೆಲವು ತಿಂಗಳ ಹಿಂದೆ ಪ್ರಸ್ತುತ ಕೌಂಟಿ ಅಧ್ಯಕ್ಷರೊಂದಿಗೆ lunch ಟಕ್ಕೆ ಕುಳಿತಾಗ, ಅದರ ಪರಿಣಾಮಗಳು ಅವನ ಮೇಲೆ ಕಳೆದುಹೋಗಿರಲಿಲ್ಲ.

ಅಧ್ಯಕ್ಷ ಮೈಲ್ಸ್, ಅಧ್ಯಕ್ಷರು ಸೂಚಿಸಿದಂತೆ, ಸಾಮಾನ್ಯ ರೂಕಿ ಅಲ್ಲ. ಅವರ ತಂದೆ ಮಹತ್ವಾಕಾಂಕ್ಷೆಯ, ಚಾಲಿತ ವ್ಯಕ್ತಿಯಾಗಿದ್ದು, ಅವರು ಅನಿಯಮಿತ ರಾಜಕೀಯ ಭವಿಷ್ಯ ಎಂದು ಅವರು ಆಶಿಸಿದ್ದಕ್ಕೆ ಪ್ರಾಯೋಗಿಕ ವಿಧಾನವನ್ನು ಆರಿಸಿಕೊಂಡರು: ಅವರು ನ್ಯೂಜೆರ್ಸಿಯ ಭ್ರಷ್ಟಾಚಾರದ ವಿರುದ್ಧ ಹೋರಾಡಲು ತಮ್ಮನ್ನು ತಾವು ಅರ್ಪಿಸಿಕೊಳ್ಳುತ್ತಿದ್ದರು - ವಿಶೇಷವಾಗಿ ಡೆಮಾಕ್ರಟಿಕ್ ಭ್ರಷ್ಟಾಚಾರ.

"ಬ್ಯಾರೆಲ್ನಲ್ಲಿ ಮೀನುಗಳನ್ನು ಹೊಡೆದ ಹಾಗೆ," ಅಧ್ಯಕ್ಷರು ಸೀಗಡಿಗಳ ಫೋರ್ಕ್ಫುಲ್ಗಳ ನಡುವೆ ಹೇಳಿದರು. "ಅವನು ಅದರ ಗಂಭೀರವಾಗಿದ್ದರೆ ಬಗ್ಗೆ."

"ಅವನ?" ನಗದು ಕೇಳಿದರು.

ಅಧ್ಯಕ್ಷರು ತಮ್ಮ ಫೋರ್ಕ್ ಅನ್ನು ಕೆಳಗೆ ಇಟ್ಟರು, ನಂತರ ಅವರ ತುಟಿಗಳನ್ನು ಲಿನಿನ್ ಕರವಸ್ತ್ರದಿಂದ ನಿಧಾನವಾಗಿ ತೂರಿಸಿದರು.

“ಹೌದು, ಅವನು - ಇದು ರಾಜ್ಯಪಾಲರ ಕಚೇರಿಗೆ ಅವನ ಟಿಕೆಟ್.

ನಗದು ಅದನ್ನು ಪರಿಗಣಿಸಿದೆ. "ನಮ್ಮ ಮಾನ್ಯತೆ ಏನು?"

ಅಧ್ಯಕ್ಷರು ನುಣುಚಿಕೊಂಡರು. “ಯಾವುದಾದರೂ ಹೆಚ್ಚು. ಈ ಯುವ ಪೋಲೀಸ್ ತನ್ನದೇ ಆದ ರಾಜಕೀಯ ರಸವನ್ನು ಹೊಂದಿದ್ದಾನೆ, ಅವನ ಮುದುಕನ ಸೌಜನ್ಯ. ಒಬ್ಬ ಪೋಲೀಸ್ ಆಗುವುದು ಅವನಿಗೆ ನಿಜವಾಗಿಯೂ ಬೇಕಾಗಿದ್ದರೆ, ಅವನ ತಂದೆ ಅವನನ್ನು ಕೆಲವು ತೀರ ಪಟ್ಟಣದಲ್ಲಿ ಬಿಕಿನಿ ಗಸ್ತು ತಿರುಗಲು ಅಥವಾ ನಮ್ಮ ಕಾಡಿನ ಕ್ರಾಬ್ ಗ್ರಾಸ್ ಪಾಲನ್ನು ನಿಯೋಜಿಸಬಹುದಿತ್ತು. ಕ್ಯಾಮ್ಡೆನ್, ಆ ಶಿಟ್-ಹೋಲ್ಗೆ ಅವನು ಏಕೆ ಹೋಗಲು ಬಯಸುತ್ತಾನೆ? "

"ಬಹುಶಃ," ನಗದು ಸ್ವಲ್ಪ ದೃ iction ನಿಶ್ಚಯದಿಂದ ನೀಡಿತು, "ಅವನುಆಗಲು ಬಯಸುತ್ತಾನೆ ನಿಜವಾದ ಪೋಲೀಸ್."

"ಹೌದು," ಅಧ್ಯಕ್ಷರು ತಮ್ಮ ಫೋರ್ಕ್ಗಾಗಿ ಮತ್ತೊಮ್ಮೆ ತಲುಪಿದರು. "ಮತ್ತು ನಾನು ಹ್ಯಾರಿ-ಫಕಿಂಗ್-ಟ್ರೂಮನ್."

ಅವರು ಹೆಚ್ಚು ಮೃದುವಾಗಿ ಮಾತನಾಡುತ್ತಾ ಮೇಜಿನ ಉದ್ದಕ್ಕೂ ವಾಲುತ್ತಿದ್ದರು. ಪದಗಳನ್ನು ತಯಾರಿಸಲು ನಗದು ತನ್ನ ಕಿವಿಗಳನ್ನು ತಗ್ಗಿಸಬೇಕಾಗಿತ್ತು.

"ಕ್ಯಾಮ್ಡೆನ್ ನೂರು ನೀನು ಜನಸಂಖ್ಯೆಗೆ ಸುಮಾರು ಇಪ್ಪತ್ತೂಮ್ರು ನೂರು ಹಿಂಸಾತ್ಮಕ ಅಪರಾಧಗಳನ್ನು ಹೊಂದಿದ್ದಾನೆ, ಇದು ರಾಷ್ಟ್ರೀಯ ಸರಾಸರಿ ಸುಮಾರು ನಾನೂರ ಐವತ್ತಕ್ಕೆ ಹೋಲಿಸಿದರೆ. ಸಮಯದ ನಂತರ ಇಡೀ ದೇಶದ ಅತ್ಯಂತ ಅಪಾಯಕಾರಿ ನಗರವೆಂದು ಇದನ್ನು ಹೆಸರಿಸಲಾಗಿದೆ. ರಾಜ್ಯವು ಇಡೀ ಪೊಲೀಸ್ ಇಲಾಖೆ ಮತ್ತು ಶಾಲಾ ವ್ಯವಸ್ಥೆಯನ್ನು ಸ್ವಾಧೀನಪಡಿಸಿಕೊಳ್ಳಬೇಕಾಗಿತ್ತು ಏಕೆಂದರೆ ಅವುಗಳು ತುಂಬಾ ತೊಂದರೆಗೊಳಗಾಗಿವೆ. ಹೇಳಿ, ಕರ್ಟಿಸ್ ಮೈಲ್ಸ್ ಅವರ ಮಗ, ಗವರ್ನರ್ ಆಗಲು ಬಯಸುವ ವ್ಯಕ್ತಿ, ಬಹುಶಃ ಒಂದು ದಿನ ಅಧ್ಯಕ್ಷ, ಕ್ಯಾಮ್ಡೆನ್‌ನಲ್ಲಿ ಕೆಲಸ ಮಾಡಲು ಏಕೆ ಬಯಸುತ್ತಾರೆ? ಮಗು ಕ್ರಿಸ್ತನ ಸಲುವಾಗಿ ರೈಡರ್ ವಿಶ್ವವಿದ್ಯಾಲಯದ ಪದವೀಧರ. ”

ಅಧ್ಯಕ್ಷರು ಹಿಂದೆ ಕುಳಿತರು. "ಅವನು ತನ್ನ ಮುದುಕನಿಗೆ ಫಕಿಂಗ್ ಸಸ್ಯ. ಆ ಪರಿಸರದಲ್ಲಿ ಪ್ರೇರಿತ ಮತ್ತು ಪ್ರತಿಕೂಲವಾದ ಕಣ್ಣುಗಳು ಏನು ಕಾಣುತ್ತವೆ ಎಂದು ನಿಮಗೆ ತಿಳಿದಿದೆಯೇ? ”

ನಗದು ಪ್ರತಿಕ್ರಿಯಿಸುವ ಮೊದಲು ತನ್ನ ವೈನ್ ಅನ್ನು ಸಿಪ್ ಮಾಡಿತು. "ಆದ್ದರಿಂದ ನೀವು ಅವನ ಮಗುವನ್ನು ಸಹಾಯ ಮಾಡಲು ಬಿಳಿ ನೈಟ್ಗಾಗಿ ತನ್ನ ತಂದೆಯನ್ನು ಗುರುತಿಸುತ್ತೀರಾ?"

ಅಧ್ಯಕ್ಷರು ನಕ್ಕರು. “ವೈಟ್ ನೈಟ್ ನನ್ನ ಕತ್ತೆ. ಅವನು ಎಲ್ಲರಿಗಿಂತ ಉತ್ತಮನಲ್ಲ. ಅವನು ಈಗಾಗಲೇ ತನ್ನ ಮಗನಿಗಾಗಿ ಕೆಲವು ಚಕ್ರಗಳನ್ನು ಗ್ರೀಸ್ ಮಾಡಿದ್ದಾನೆ. ಮಗು ಆರು ತಿಂಗಳು ಕೆಲಸದಲ್ಲಿಲ್ಲ, ಮತ್ತು ಅವನನ್ನು ಈಗಾಗಲೇ HIDTA ಗೆ ನಿಯೋಜಿಸಲಾಗಿದೆ. ಕೆಟ್ಟ ಅವರಿಗೆತೊಂದರೆಯನ್ನು ಸ್ಥಳ, ನಾವು ಕಾಳಜಿ ಮಾಡುತ್ತಿದ್ದೇವೆ ದೂರದ. ಇಲ್ಲ, ಕರ್ಟಿಸ್ ಮೈಲ್ಸ್ ಬಿಳಿ ನೈಟ್ ಅಲ್ಲ. ಅವನು ತುಂಬಾ ಮಹತ್ವಾಕಾಂಕ್ಷೆಯಾಗಿದ್ದಾನೆ, ಅವನು ತನ್ನ ಸ್ವಂತ ಮಗನನ್ನು ಬೆಂಕಿಯಲ್ಲಿ ಎಸೆಯಲು ಸಿದ್ಧನಾಗಿರುತ್ತಾನೆ ಮತ್ತು ಅವನಿಗೆ ಡೆಮೋಕ್ರಾಟ್ಗಳನ್ನು ಉಗುರು ಮಾಡಲು ಬೇಕಾದುದನ್ನು ಪಡೆಯಲು ಸಹಾಯ ಮಾಡುತ್ತಾನೆ. "

ನಗದು ತಲೆ ಅಲ್ಲಾಡಿಸಿತು. "ನಾವು ನಮಗಾಗಿ ಅಸಹ್ಯ ವ್ಯವಹಾರವನ್ನು ಆರಿಸಿದ್ದೇವೆ" ಎಂದು ಅವರು ಹೇಳಿದರು.

"ಹೌದು. ಮತ್ತು ಹೆಚ್ಚಿನ ತೀವ್ರತೆಯ ಮಾದಕವಸ್ತು ಕಳ್ಳಸಾಗಣೆ ಪ್ರದೇಶಗಳಲ್ಲಿ ಕೆಲಸ ಮಾಡುವ ಮಗು ವಿಷಯಗಳನ್ನು ಇನ್ನಷ್ಟು ಚುರುಕಾಗಿಸುತ್ತದೆ. "

"ನೀವೇಕೆಹೇಳುವ ನನಗೆ ಈಮಾಡಲಾಗುತ್ತದೆ?"

ಅಧ್ಯಕ್ಷರು ನುಣುಚಿಕೊಂಡರು. "ನೀವು ಯೂನಿಯನ್ ವಕೀಲರು. ಶೀಘ್ರದಲ್ಲೇ ಅಥವಾ ನಂತರ, ಈ ಮಗು ನಿಮ್ಮ ಮಡಿಲಲ್ಲಿ ಸುತ್ತುತ್ತದೆ. ನೀವು ಏನು ವ್ಯವಹರಿಸುತ್ತೀರಿ ಎಂಬುದನ್ನು ನೀವು ಅರ್ಥಮಾಡಿಕೊಳ್ಳಬೇಕೆಂದು ನಾನು ಬಯಸುತ್ತೇನೆ. ನಿರೀಕ್ಷಿಸಲು ಕಲಿಯದೆ ನಾನು ಈ ವರ್ಷಗಳಲ್ಲಿ ಈ ಶಿಟ್ನಲ್ಲಿ ಉಳಿದಿಲ್ಲ. "

ನಗದು ತನ್ನ ವೈನ್ ಗ್ಲಾಸ್ ಅನ್ನು ಬರಿದು ಬಾಟಲಿಗೆ ತಲುಪಿತು.

"ನಾನು ಅರ್ಥಮಾಡಿಕೊಂಡಿದ್ದೇನೆ."

ಈಗ, ತನ್ನ ಹಾಸಿಗೆಯಿಂದ ಹೊರಬಂದ ನಲವತ್ತು ನಿಮಿಷಗಳ ನಂತರ, ಫ್ರಾಂಕ್ ಕ್ಯಾಶ್ ಆಸ್ಪತ್ರೆಯ ಕಿಟಕಿಯನ್ನು ಕ್ಯಾಮ್ಡೆನ್ ರಾತ್ರಿಯೊಳಗೆ ನೋಡುತ್ತಾ ನಿಟ್ಟುಸಿರು ಬಿಟ್ಟನು. ಅವರು ಬಹಳ ಹಿಂದೆಯೇ ತಮ್ಮ ರಾಜಕಾರಣಿ ತಂದೆಯ ಸಲಹೆಯನ್ನು ನೆನಪಿಸಿಕೊಂಡರು. 'ವಿಜೇತರು ಮತ್ತು ಸೋತವರು ಇದ್ದಾರೆ. ವಿಜೇತರಾಗಿರಿ. ಅದು ಜೀವನವನ್ನು ಸಹನೀಯವಾಗಿಸುತ್ತದೆ. '

ಸಣ್ಣ ಸಮಾಲೋಚನಾ ಕೊಠಡಿಯ ಬಾಗಿಲು ತೆರೆದಂತೆ ಅವನು ತಿರುಗಿದನು. ಅದು ಯೂನಿಯನ್ ಪ್ರತಿನಿಧಿ ಪೀಟರ್ ನೆಗ್ರಾನ್.

"ಹಲೋ, ಪೀಟ್."

ಆ ವ್ಯಕ್ತಿ ಕೋಣೆಗೆ ಪ್ರವೇಶಿಸಿ ಅವನ ಹಿಂದೆ ಮೃದುವಾಗಿ ಬಾಗಿಲು ಮುಚ್ಚಿದ. "ಹಲೋ, ಮಿಸ್ಟರ್ ಕ್ಯಾಶ್. ನೀವು ವೈಯಕ್ತಿಕವಾಗಿ ಕೆಳಗಿಳಿಯುತ್ತೀರಿ ಎಂದು ನಾನು ಲೆಕ್ಕಿಸಲಿಲ್ಲ. "

"ಹೌದು, ನಾನು ಹೊಂದಿದ್ದೇನೆ. ಮೈಲ್ಸ್ ನಿದ್ರಾಜನಕವಾಗಿದೆಯೇ? "

"ಹೌದು, ನಾವು ಇಲ್ಲಿಗೆ ಬಂದ ಕೂಡಲೇ ಮುಖ್ಯ ನಿವಾಸಿ ಅವರನ್ನು ನೋಡಿದರು. ಅವರು ಮಗುವನ್ನು ಕ್ಸಾನಾಕ್ಸ್ನಲ್ಲಿ ಜ್ಯಾಕ್ ಮಾಡಿದರು. ಐದು ನಿಮಿಷಗಳ ನಂತರ, ಕೌಂಟಿ ಪ್ರಾಸಿಕ್ಯೂಟರ್ ಕಚೇರಿಯಿಂದ ಎರಡು ಸ್ಪೂಕ್‌ಗಳು ತೋರಿಸಲ್ಪಟ್ಟವು. ನಾನು ಮಗುವಿಗೆ ated ಷಧಿ ನೀಡಿದ್ದೇನೆ ಮತ್ತು ಅವರೊಂದಿಗೆ ಮಾತನಾಡಲು ಸಾಧ್ಯವಿಲ್ಲ ಎಂದು ನಾನು ಹೇಳಿದೆ ... ಅವರು ಹೊರಟುಹೋದರು, ಅವರು ನಾಳೆ ಅವರನ್ನು ನೋಡಬೇಕೆಂದು ಹೇಳಿದರು. ಅವರು ನಿರುತ್ಸಾಹಗೊಂಡಂತೆ ಕಾಣುತ್ತದೆ. "

ನಗದು ಗೊಣಗುತ್ತಿದ್ದರು. "ಅವರು ಅದನ್ನು ಮೀರುತ್ತಾರೆ. ನಾವು ಸ್ವಲ್ಪ ಸಮಯವನ್ನು ಖರೀದಿಸಬೇಕಾಗಿತ್ತು, ಆದ್ದರಿಂದ ನಾನು ಈ ಬಗ್ಗೆ ಹ್ಯಾಂಡಲ್ ಪಡೆಯಬಹುದು. "

ನೆಗ್ರಾನ್ ತಲೆಯಾಡಿಸಿದ. "ಸರಿ. ಶೂಟಿಂಗ್ ಕಡಿಮೆಯಾದಾಗ ನಾನು ಮೈಲ್ಸ್ ಜೊತೆಗಿದ್ದೆ. ನಾವು ಹಿಡ್ಡಾ ನಗರಾದ್ಯಂತ ಕೆಲಸ ಮಾಡುತ್ತಿದ್ದೆವು, ನಾನು ಮತ್ತು ಮೈಲ್ಸ್ ಮತ್ತು ಸ್ಯಾಂಚೆ z ್. "

"ಅದು ಎಲ್ಲಿ ಸಂಭವಿಸಿತು?"

"ಲೈನ್ ಸ್ಟ್ರೀಟ್, ದಕ್ಷಿಣ ಆರನೇ ಮತ್ತು ರಾಬರ್ಟ್ಸ್ ನಡುವೆ."

"ಏನಾಯಿತು ಹೇಳಿ."

ನೆಗ್ರಾನ್ ಮುಗಿದ ನಂತರ, ನಗದು ತನ್ನ ಕೂದಲಿನ ಮೂಲಕ ಒಂದು ಕೈಯನ್ನು ಚಿಂತನಶೀಲವಾಗಿ ಓಡಿಸಿತು. "ಸಾಕಷ್ಟು ಸ್ವಚ್ clean ವಾಗಿದೆ" ಎಂದು ಅವರು ಹೇಳಿದರು. ನಂತರ ಆಗ್ರಹಪೂರ್ವಕವಾಗಿ, ಸೇರಿಸಲಾಗಿದೆಸರಿ."

"ಅದುಕುಸಿಯಿತು ಹೇಗೆ

ನೆಗ್ರಾನ್ ಮುಗುಳ್ನಕ್ಕು ತನ್ನ ಬಲಗೈಯನ್ನು ಎತ್ತಿದ. “ನಾನು ನನ್ನ ಕಣ್ಣುಗಳ ಮೇಲೆ ಪ್ರಮಾಣ ಮಾಡುತ್ತೇನೆ, ಸಲಹೆಗಾರ, ನಾನು ವಕೀಲರಿಗೆ ಸುಳ್ಳು ಹೇಳುವಷ್ಟು ಮೂಕನಲ್ಲ. ‘ಈ ಮಗುವಿಗೆ ವಿಶೇಷವಾಗಿ. "

ಅವರ ಕಣ್ಣುಗಳಿಂದ ಬೀಗ ಹಾಕಿ, ನಗದು ತಲೆಯಾಡಿಸಿತು. “ಹೋಗಿ ಅವನನ್ನು ಕರೆದುಕೊಂಡು ಹೋಗು. ಅವನನ್ನು ನನ್ನ ಬಳಿಗೆ ತನ್ನಿ. "

ನೆಗ್ರಾನ್ ತಿರುಗಿ ಹೊರಟುಹೋದ.

ಮೈಲ್ಸ್ ಕೋಣೆಗೆ ಪ್ರವೇಶಿಸಿದಾಗ, ನಗದು ಅವನ ಯೌವ್ವನದ ನೋಟದಿಂದ ತಕ್ಷಣವೇ ತತ್ತರಿಸಿತು. ಇಪ್ಪತ್ತೆರಡು ಆದರೂ, ಅವನು ಹದಿನೇಳು ನೋಡುತ್ತಿದ್ದನು. ಅವನ ಕಪ್ಪು ಕೂದಲು ಉದ್ದವಾಗಿತ್ತು, ಕಳಂಕವಿಲ್ಲ. ಅವನು ಧರಿಸಿದ್ದ ಮರೆಯಾದ ನೌಕಾಪಡೆಯ ನವಿಲಿನ ಕಾಲರ್ ಮೇಲೆ ಅದು ಚೆಲ್ಲಿತು. ಒಣಗಿದ ವಾಂತಿ ಕೋಟ್‌ನ ಮುಂಭಾಗದ ಫಲಕವನ್ನು ಕಲೆ ಹಾಕಿತು, ಅದರ ಹುಳಿ ವಾಸನೆಯು ನಗದು ಮೂಗಿನ ಹೊಳ್ಳೆಗಳನ್ನು ಸ್ಪರ್ಶಿಸುತ್ತದೆ. ಡಾರ್ಕ್ ರಕ್ತವನ್ನು ಎಡ ಪಟ್ಟಿಯ ಮತ್ತು ಮುಂದೋಳಿನ ಉದ್ದಕ್ಕೂ ಚೆಲ್ಲಲಾಯಿತು. ಯುವಕನ ಕಣ್ಣುಗಳು ಟೊಳ್ಳಾದ ಮತ್ತು ನಿರಾತಂಕವಾಗಿದ್ದವು. ಲಘು ಮೀಸೆಗಳ ಕೋಲು ಅವನ ಗಲ್ಲವನ್ನು ಮುಚ್ಚಿ ಅವನ ಕೆನ್ನೆಗಳಿಗೆ ಮುಟ್ಟಿತು, ಅವನಿಗೆ ಕೊಳಕು, ಅಹಿತಕರ ನೋಟವನ್ನು ನೀಡಿತು. ಮೈಲ್ಸ್'ತಿ-ಮಾದಕವಸ್ತು ನಿಯೋಜನೆಯೊಂದಿಗೆ ಬಟ್ಟೆ ಮತ್ತು ಅಂದಗೊಳಿಸುವಿಕೆ ಚೆನ್ನಾಗಿ

ಹೊಂದಿಕೊಳ್ಳುತ್ತಿದ್ದರೂ, ಅವರು ಉಡುಪಿನಲ್ಲಿ ಸ್ವಲ್ಪ ಆರಾಮದಾಯಕವಾಗಿದ್ದರು. ನಗದು ಸೌಮ್ಯ ಮತ್ತು ತರ್ಕಬದ್ಧವಲ್ಲದ ಇಷ್ಟಪಡದಿರುವುದು ಮುಂಜಾನೆ ಪ್ರಾರಂಭವಾಯಿತು.

"ಮೈಲ್ಸ್, ಆಸನ ಮಾಡಿ" ಎಂದು ಅವರು ಹೇಳಿದರು ಮತ್ತು ಪೋಲೀಸ್ ಸಣ್ಣ ರೌಂಡ್ ಟೇಬಲ್ನಿಂದ ಕುರ್ಚಿಯನ್ನು ಹಿಂದಕ್ಕೆ ಜಾರಿದಂತೆ ನೋಡಿದರು. ನಗದು ಅವನ ಎದುರು ಕುಳಿತು, ನಯವಾದ ಪ್ಲಾಸ್ಟಿಕ್ ಟೇಬಲ್ ಟಾಪ್ ಮೇಲೆ ಕೈಗಳನ್ನು ಮಡಚಿ. ಇದೇ ಕೋಣೆಯಲ್ಲಿ ಎಷ್ಟು ಕೆಟ್ಟ ಸುದ್ದಿ ಚರ್ಚಿಸಲಾಗಿದೆ ಎಂದು ಅವರು ಆಶ್ಚರ್ಯಪಟ್ಟರು.

"ಸರಿ," ಅವರು ಮೈಲ್ಸ್ ಕಣ್ಣುಗಳು ತನ್ನದೇ ಆದ ಭೇಟಿಯಾಗಲು ಎತ್ತಿದಂತೆ ಹೇಳಿದರು. “ನನ್ನ ಹೆಸರು ಫ್ರಾಂಕ್ ಕ್ಯಾಶ್. ನನ್ನ ಕಾನೂನು ಸಂಸ್ಥೆಯು ನಿಮ್ಮ ಒಕ್ಕೂಟದ ಸ್ಥಳೀಯ ಅಧ್ಯಾಯದ ಸದಸ್ಯರನ್ನು ಪ್ರತಿನಿಧಿಸುತ್ತದೆ, ಫ್ರಾಟರ್ನಲ್ ಆರ್ಡರ್ ಆಫ್ ಪೋಲಿಸ್. ಇದನ್ನೆಲ್ಲ ನಿಭಾಯಿಸಲು ನಿಮಗೆ ಸಹಾಯ ಮಾಡಲು ನಾನು ಇಲ್ಲಿದ್ದೇನೆ. ”

ನಗದು ಮೈಲ್ಸ್ನ ನೋಟವು ಬಿದ್ದು, ಟೇಬಲ್ ಟಾಪ್ಗೆ ಇಳಿಯಿತು, ಅವನ ದೇಹವು ಹಠಾತ್ ಚಳಿಯಿಂದ ನಡುಗಿತು. ಅವನ ನೋಟವು ಇದ್ದಕ್ಕಿದ್ದಂತೆ ಯಾವುದೋ ಯೌವ್ವನದ ಅತಿಕ್ರಮಣದಲ್ಲಿ ಸಿಕ್ಕಿಬಿದ್ದ ಹೆದರಿದ ಚಿಕ್ಕ ಹುಡುಗನಂತೆ ಮಾರ್ಫ್ ಆಗಿ ತನ್ನ ತಂದೆಯ ಅಧ್ಯಯನಕ್ಕೆ ಕರೆಸಲ್ಪಟ್ಟಂತೆ ಕಾಣುತ್ತದೆ. ನಗದು ತನ್ನ ಆರಂಭಿಕ ಅನುಮಾನಗಳನ್ನು ಕಂಡುಹಿಡಿದಿದೆ ಮತ್ತು ಇಷ್ಟಪಡದಿರುವುದು ಅಲೆದಾಡಲಾರಂಭಿಸಿತು. ಅವರ ಎಲ್ಲಾ ಐವತ್ತೊಂದು ವರ್ಷಗಳಲ್ಲಿ, ಅವರು ಎಂದಿಗೂ ಒಂದು ಪ್ರಾಣಿಯನ್ನು ತೆಗೆದುಕೊಂಡಿಲ್ಲ, ಸಣ್ಣ ಪ್ರಾಣಿ ಅಥವಾ ದಂಶಕಗಳೂ ಅಲ್ಲ. ಇಲ್ಲಿ ಈ ಹುಡುಗ, ಶಾಲೆಯಿಂದ ಹೊರಗುಳಿದವನು, ಒಬ್ಬ ವ್ಯಕ್ತಿಯನ್ನು ಹಿಂಸಾತ್ಮಕವಾಗಿ ನರಕಕ್ಕೆ ಕಳುಹಿಸಿದ್ದಾನೆ, ಅದರಲ್ಲಿ ಖಂಡಿತವಾಗಿಯೂ ಭಯಾನಕ, ಹತಾಶ ಕ್ಷಣವಾಗಿರಬೇಕು.

“ಸರಿ,” ನಗದು ಪುನರಾವರ್ತಿತ, ಈ ಸಮಯದಲ್ಲಿ ಮೃದುವಾದ, ಮೃದುವಾದ. “ರಾಜ್ಯ, ಕೌಂಟಿ ಮತ್ತು ನಗರದ ಮುಖ್ಯ ಬೇಟೆಗಾರರು ನಾಳೆ ನಿಮ್ಮನ್ನು ಬೇಟೆಯಾಡುತ್ತಾರೆ, ಮಗ. ಏನಾಯಿತು,ನನಗೆ ಹೇಳಬೇಕು ಎಲ್ಲವೂ, ಪ್ರತಿ ವಿವರವನ್ನು ನೀವು. ಅದನ್ನು ನೇರವಾಗಿ ನಿಮ್ಮ ತಲೆಯಲ್ಲಿ ಪಡೆಯಿರಿ. ನಾನು ಎಲ್ಲಿ ಸಹಾಯ ಮಾಡಬಹುದೆಂದು ನೋಡೋಣ. ಪ್ರಾರಂಭದಿಂದಲೇ ಪ್ರಾರಂಭಿಸಿ ನಿಧಾನವಾಗಿ ಹೋಗಿ. ಎಲ್ಲವೂ ಉತ್ತಮವಾಗಿ ಹೇಳದಿದ್ದರೂ ನನಗೆ

ಹೇಳಿ. ನಾಳೆ ಶೀತ ಹೇಳಿದೆ, ನನ್ನನ್ನು ನಂಬಿರಿ. "

ಮೈಲ್ಸ್ ಕಣ್ಣು ಎತ್ತಿದ. "ನೆಗ್ರಾನ್ ಅವರು ಈಗಾಗಲೇ ನಿಮಗೆ ಎಲ್ಲವನ್ನೂ ಹೇಳಿದ್ದಾರೆ ಎಂದು ಹೇಳಿದರು."

ನಗದು ತಲೆಯಾಡಿಸಿದೆ. "ಹೌದು. ಎಂಬುದನ್ನು ಅವರು ಮಾಡಿದರು ಮತ್ತು ಯೋಚಿಸುತ್ತಾನೆ ಅವರುಕಂಡಿತುಹೇಳಿದ್ದರು.ನಾನುಅಗತ್ಯವಿದೆ. ನೀವು ಮಾಡಿದರು ಏನು ಹೇಳಿ ನೀವು ನೋಡಿದ್ದನ್ನು. "

ಮೈಲ್ಸ್ ಇದ್ದಕ್ಕಿದ್ದಂತೆ ಅವನ ದೃಷ್ಟಿ ತೇವಾಂಶದಿಂದ ಮಸುಕಾಗಿರುವುದನ್ನು ಕಂಡುಕೊಂಡನು. "ಹೌದು. ನನಗೆ ಅರ್ಥವಾಗಿದೆ. "

ಯುವ ಪೊಲೀಸ್ ತನ್ನ ಸೀಟಿನಲ್ಲಿ ತನ್ನನ್ನು ತಾನೇ ಸ್ಥಳಾಂತರಿಸಿಕೊಂಡನು, ನಗದು ಹಿಂದೆ ಕತ್ತಲೆಯಾದ ಕಿಟಕಿಯತ್ತ ಕಣ್ಣು ಹಾಯಿಸದ ನೋಟವನ್ನು ಸರಿಪಡಿಸಿ ಅವನ ಕಥೆಯನ್ನು ಹೇಳಲು ಪ್ರಾರಂಭಿಸಿದನು.

***

"ನಾವು ಗಸ್ತು ತಿರುಗುತ್ತಿದ್ದೆವು, ನಾವು ಮೂವರು, ನಾನು ಮುಂಭಾಗದ ರೆಕಾರ್ಡರ್ ಸೀಟಿನಲ್ಲಿ, ನೆಗ್ರಾನ್ ಡ್ರೈವಿಂಗ್, ಸ್ಯಾಂಚೆ z ್ ನನ್ನ ಹಿಂದೆ. ಮುಸ್ತಾ ಬೆಳಿಗ್ಗೆ ಎರಡು ಗಂಟೆ ಆಗಿತ್ತು. ನಾವು ತಿಳಿದಿರುವ drug ಷಧಿ ಸ್ಥಳಗಳಲ್ಲಿ ಪ್ರಯಾಣಿಸುತ್ತಿದ್ದೇವೆ; ಕೇವಲ ಕಣ್ಣುಗುಡ್ಡೆ. ಈ ರೀತಿಯ ಶೀತ, ತೆವಳುವ ರಾತ್ರಿ, ಹೆಚ್ಚಿನ ವ್ಯವಹಾರಗಳು ಒಳಾಂಗಣದಲ್ಲಿ ಇಳಿಯುತ್ತಿದ್ದವು. ಹೇಗಾದರೂ, ನಾವು ಲೈನ್ ಸ್ಟ್ರೀಟ್ನಲ್ಲಿ ಪೂರ್ವಕ್ಕೆ ಹೋಗುತ್ತೇವೆ, ಅಲ್ಲಿಯೇ ಒಡೆದ ಮನೆಗಳನ್ನು ಹಾದುಹೋಗುತ್ತೇವೆ. "

"ಲೈನ್ ಸ್ಟ್ರೀಟ್ ಎಲ್ಲಿದೆ?" ನಗದು ಕೇಳಿದರು.

ಮೈಲುಗಳು ಕುಗ್ಗಿದವು. "'ಬೌಟ್ ಆರು, ಇಲ್ಲಿ ಏಳು ಬ್ಲಾಕ್ಗಳು ದಕ್ಷಿಣಕ್ಕೆ, ಬ್ರಾಡ್ವೇಗೆ ಸ್ವಲ್ಪ ಪೂರ್ವದಲ್ಲಿ."

"ಅದು ಯಾವ ನೆರೆಹೊರೆ?"

ಮತ್ತೊಂದು ಶ್ರಗ್. "ನನಗೆ ಗೊತ್ತಿಲ್ಲ. ವಿಟ್ಮನ್ ಪಾರ್ಕ್, ನಾನು .ಹಿಸುತ್ತೇನೆ.
"

"ಮುಂದೆ ಸಾಗು."

"ಆದ್ದರಿಂದ ನಾವು ನಿಧಾನವಾಗಿ ಸುತ್ತಿಕೊಳ್ಳುತ್ತಿದ್ದೇವೆ - ಬಹುಶಃ ಹತ್ತು, ಹದಿನೈದು ಮೇಲ್ಭಾಗಗಳು. ರಸ್ತೆ ಕಿರಿದಾಗಿದೆ, ಇಲ್ಲಿ ಮತ್ತು ಅಲ್ಲಿ ನಿಲ್ಲಿಸಿರುವ ಕೆಲವು ಕಾರುಗಳು, ಕೆಲವು ಕೈಬಿಡಲಾಗಿದೆ. ಆದ್ದರಿಂದ ನಾವು ದಕ್ಷಿಣ ಆರನೇ ಬೀದಿಯನ್ನು ದಾಟಿ ರಾಬರ್ಟ್ಸ್ ಕಡೆಗೆ ಹೋಗುತ್ತೇವೆ. ಲೈನ್ ಮತ್ತು ಆರನೆಯ ವಾಯುವ್ಯ ಮೂಲೆಯು ಖಾಲಿ ಜಾಗವಾಗಿದ್ದು, ಅಲ್ಲಿ ಕೆಲವು ಖಂಡಿಸಿದ

ಕಟ್ಟಡಗಳು ಡೆಮೊ ಆಗಿದೆ. ಅದರ ಸುತ್ತಲೂ ಬೇಲಿ ಇದೆ, ಚೈನ್ ಲಿಂಕ್. ನಾವು ಉರುಳುತ್ತಿದ್ದಂತೆ ನಾವು ಸ್ವಲ್ಪಮಟ್ಟಿಗೆ ನೋಡುತ್ತಿದ್ದರೂ, ನಮ್ಮಲ್ಲಿ ಯಾರೂ ಈ ಮುದುಕಿಯನ್ನು ನೋಡಲಿಲ್ಲ, ಅವಳು ನಮ್ಮ ಮುಂದೆ ಸರಿಯಾಗಿ ಇರುತ್ತಾಳೆ, ಅವಳು ಕತ್ತಲೆಯಿಂದ ಹೊರಬಂದಂತೆ, ನಿಮಗೆ ಗೊತ್ತಾ? ನೆಗ್ರಾನ್ ಅವಳನ್ನು ಓಡಿಸಿದನು. ಒಳ್ಳೆಯದು, ಅವಳು ನಮ್ಮನ್ನು ಪೊಲೀಸರಿಗಾಗಿ ಮಾಡುತ್ತಾಳೆ ಮತ್ತು ಕಾರಿನ ಹುಡ್ ಮೇಲೆ ಹೊಡೆಯಲು ಮತ್ತು ನಮ್ಮನ್ನು ಕಿರುಚಲು ಪ್ರಾರಂಭಿಸುತ್ತಾಳೆ. "

“ಅವಳು ಕಪ್ಪು ಆಗಿದ್ದಾಳೆ? ಹಿಸ್ಪಾನಿಕ್, ಕಕೇಶಿಯನ್, ಏನು? ”ಮೈಲ್ಸ್ ನಗದು ಬಗ್ಗೆ ಸಂಕ್ಷಿಪ್ತವಾಗಿ ನೋಡಿದರು. "ಹಿಸ್ಪಾನಿಕ್." ಮುಂದುವರಿಯುವ ಮೊದಲು ಅವರು ಒಂದು ಕ್ಷಣ ವಿರಾಮಗೊಳಿಸಿದರು. “ಹೇಗಾದರೂ, ಅವಳು ಎಲ್ಲರೂ ಉತ್ಸುಕರಾಗಿದ್ದಾರೆ, ಆದ್ದರಿಂದ ಸ್ಯಾಂಚೆ z ್ ಹಿಂದಿನ ಸೀಟಿನಿಂದ ಹೊರಬಂದು ಅವಳನ್ನು ಸಮೀಪಿಸುತ್ತಾನೆ. ಅವನು ಅವಳನ್ನು ಟಿನ್ ಮಾಡುತ್ತಾನೆ ಮತ್ತು ಸ್ಪಾ ನಿಷ್ ಭಾಷೆಯಲ್ಲಿ ಮಾತನಾಡಲು ಪ್ರಾರಂಭಿಸುತ್ತಾನೆ, ಮತ್ತು ಅವಳು ಗಲಾಟೆ ಮಾಡಲು ಪ್ರಾರಂಭಿಸುತ್ತಾಳೆ ಮತ್ತು ಲೈನ್ ಸ್ಟ್ರೀಟ್‌ನ ಉತ್ತರ ಭಾಗದಲ್ಲಿರುವ ಏಕೈಕ ಮನೆಗೆ ಸೂಚಿಸುತ್ತಾಳೆ. ಅವಳು ಹೊರಬಂದ ಮನೆ ಅದು. ”

"ಅವಳು ಅದರಿಂದ ಹೊರಬರುವುದನ್ನು ನೀವು ನೋಡಿದ್ದೀರಾ?"

"ಇಲ್ಲ, ಒಂದು ಸೆಕೆಂಡಿನಂತೆ ರಸ್ತೆ ಖಾಲಿಯಾಗಿತ್ತು, ಮುಂದಿನ ಸೆಕೆಂಡ್ ಅಲ್ಲಿ ಅವಳು ಕಾರಿನ ಮುಂದೆ ಇದ್ದಳು." ನಡುಕ ತೀವ್ರಗೊಳ್ಳಲು ಪ್ರಾರಂಭವಾಗುವುದನ್ನು ನಗದು ಗಮನಿಸಿತು, ಕ್ಸಾನಾಕ್ಸ್ ಮೈಲ್ಸ್ ಪಡೆದ ಪ್ರಮಾಣವನ್ನು ಮೀರಿದೆ. ಮೈಲ್ಸ್ ಮತ್ತೆ ಮಾತನಾಡುವಾಗ, ಅವರ ಧ್ವನಿಯಲ್ಲಿ ಪಿಚ್ ಏರಿಕೆಯಾಯಿತು. "ಹಾಗಿದ್ದರೂ, ನಾನು ಕಾರಿನಿಂದ ಇಳಿಯುತ್ತೇನೆ ಮತ್ತು ಸ್ಯಾಂಚೆ z ್ ನನ್ನತ್ತ ಕಣ್ಣು ಹಾಯಿಸಿ ಮುಖ ಮಾಡುತ್ತಾನೆ, 'ಈ ಹಳೆಯ ಬಿಚ್ ಅನ್ನು ನೋಡಿ, ನೀವು ಇದನ್ನು ನಂಬುತ್ತೀರಾ?'"

"ಅವಳು ಎಷ್ಟು ವಯಸ್ಸಾಗಿದ್ದಾಳೆಂದು ನೀವು ಹೇಳುತ್ತೀರಿ?"

ಮೈಲ್ಸ್ ತನ್ನ ಆಸನದಲ್ಲಿ ಸ್ಥಳಾಂತರಗೊಂಡು ಸ್ವಲ್ಪ ಮುಂದಕ್ಕೆ ವಾಲುತ್ತಿದ್ದನು, ಇನ್ನೂ ಅವನ ಮಾತುಗಳನ್ನು ಕಿಟಕಿಯ ಕಪ್ಪು ಆಯತದಲ್ಲಿ ನಿರ್ದೇಶಿಸುತ್ತಾನೆ. “ಹಳೆಯದು. ಅರವತ್ತನ್ನು ತಳ್ಳುವುದು. ನನಗೆ ಗೊತ್ತಿಲ್ಲ. ”

ಕ್ಯಾಶ್ ಸ್ವಲ್ಪ ಮುಗುಳ್ನಕ್ಕು. "ಮುಂದೆ ಸಾಗು."

“ಹಾಗಾಗಿ ನಾನು ಅವರನ್ನು ತಲುಪಿದಾಗ, ಅವಳು ಇಂಗ್ಲಿಷ್ ಮಾತನಾಡಲು ಪ್ರಾರಂಭಿಸುತ್ತಾಳೆ, ಮನೆಯ ಎರಡನೇ ಮಹಡಿಯಲ್ಲಿ ಒಬ್ಬ ಕಪ್ಪು ವ್ಯಕ್ತಿ ಇದ್ದಾನೆಂದು ಹೇಳುತ್ತಾಳೆ, ರಾತ್ರಿಯಿಡೀ ಹುಚ್ಚನಂತೆ ವರ್ತಿಸುತ್ತಿದ್ದಾಳೆ, ಜನರು ಬರುತ್ತಿದ್ದಾರೆ ಮತ್ತು ಹೋಗುತ್ತಿದ್ದಾರೆ ಮತ್ತು ಅವಳು ಮಲಗಲು ಪ್ರಯತ್ನಿಸುತ್ತಿದ್ದಳು ಮತ್ತು ಅವನಿಗೆ ಏನನ್ನಾದರೂ ಹೇಳಿದಳು ಮತ್ತು ಅವನು ಶಪಿಸಿದನು ಅವಳನ್ನು ಮತ್ತು ಅವಳನ್ನು ಹೊಡೆಯಲು ಪ್ರಯತ್ನಿಸಿದಳು, ಮತ್ತು ಅವಳು ಭಯಭೀತರಾಗಿ ಓಡಿಹೋಗಿ ನಮ್ಮನ್ನು ನೋಡಿದಳು. ಈಗ, ನೆಗ್ರಾನ್ ಕೂಡ ಅಲ್ಲಿಯೇ ನಿಂತಿದ್ದಾನೆ, ಮತ್ತು ಅವಳು ಪೊಲೀಸರನ್ನು ಕರೆದರೆ ಅವನು ಅವಳನ್ನು ಕೇಳುತ್ತಾನೆ. ಅವಳು ಇಲ್ಲ, ಮನೆಯಲ್ಲಿ ಫೋನ್ ಇಲ್ಲ, ನೀರು ಇಲ್ಲ, ವಿದ್ಯುತ್ ಇಲ್ಲ, ಏನೂ ಇಲ್ಲ ಎಂದು ಅವಳು ಹೇಳುತ್ತಾಳೆ. ಅದು ಹತ್ತಲ್ಪಟ್ಟಿದೆ, ಕೈಬಿಡಲ್ಪಟ್ಟಿದೆ ಎಂದು ನಾವು ನೋಡಬಹುದು, ಮತ್ತು ನಾವು ಅವಳನ್ನು ಗಲಾಟೆ ಮಾಡುತ್ತೇವೆ. ಅವಳು ನಮಗೆ ಹೇಳುತ್ತಾನೆ ಕಪ್ಪು ವ್ಯಕ್ತಿ H, ಕೆಲವೊಮ್ಮೆ ಬಿರುಕು, ಕಟ್ಟಡವು ಅವನ ನೆಲೆಯಾಗಿದೆ, ಎಲ್ಲರೂ ಅವನ ಬಗ್ಗೆ ಹೆದರುತ್ತಾರೆ ಮತ್ತು ಈ ರೀತಿಯ ಶಿಟ್. ಆದ್ದರಿಂದ ಸ್ಯಾಂಚೆ z ್ ಅದನ್ನು ಸ್ವಲ್ಪ ಸಮಾಧಾನಪಡಿಸಲು ನಿಮಗೆ ತಿಳಿದಿದೆ. ಬಹುಶಃ ಅವಳು ಕಲ್ಲು ಹೊಡೆದಿದ್ದಾಳೆಂದು ನಿಮಗೆ ತಿಳಿದಿದೆ, ನಿಮಗೆ ತಿಳಿದಿದೆ, ಹಳೆಯ ಮತ್ತು ಕಲ್ಲು ಮತ್ತು ಅರ್ಧ ಕಾಯಿಗಳು. ಆದ್ದರಿಂದ ನೆಗ್ರಾನ್ ಅವರು ಸ್ವಲ್ಪ ಕ್ರಿಯೆಯಂತೆ ಭಾಸವಾಗುತ್ತಾರೆ, ಅದನ್ನು ಪರಿಶೀಲಿಸೋಣ ಎಂದು ಹೇಳುತ್ತಾರೆ. ಒಳ್ಳೆಯದು, ನನಗೆ ಸ್ವಲ್ಪ ಬೇಸರವಾಗಿದೆ, ಇದು ನಿಧಾನವಾದ ಪ್ರವಾಸ ಮತ್ತು ನಾನು ಲೆಕ್ಕಾಚಾರ ಮಾಡುತ್ತೇನೆ, ಏನು ನರಕ. ಆದ್ದರಿಂದ ಸ್ಯಾಂಚೆ z ್ ನಮ್ಮ ಹತ್ತು-ಇಪ್ಪತ್ತರಲ್ಲಿ ಕರೆ ಮಾಡಲು ಮುದುಕಿಯೊಂದಿಗೆ ಕಾರಿನಲ್ಲಿಯೇ ಇರುತ್ತಾನೆ. ನಾನು ಮತ್ತು ನೆಗ್ರಾನ್ ಮನೆಯ ಕಡೆಗೆ ನಡೆಯಲು ಪ್ರಾರಂಭಿಸುತ್ತೇವೆ. ”

"ಮನೆಯನ್ನು ವಿವರಿಸಿ."

"ಎರಡು ಅಂತಸ್ತಿನ ಇಟ್ಟಿಗೆ, ಅಲ್ಲಿರುವ ಎಲ್ಲರಂತೆ. ಹೆಚ್ಚಿನ ಕಿಟಕಿಗಳು ಹತ್ತಿದವು. ಕಿರಿದಾದ ಮುಂಭಾಗದ ಕವಚದ ಮುಖಮಂಟಪವಿತ್ತು. ಮುಂಭಾಗದ ಬಾಗಿಲು ಕಾಣೆಯಾಗಿದೆ, ಅದು ಕೇವಲ ಗಾ open ವಾದ ತೆರೆದ ರಂಧ್ರವಾಗಿತ್ತು. ಮನೆಯ ಪೂರ್ವ ಭಾಗವು ಪಶ್ಚಿಮದಂತೆಯೇ ಇತ್ತು, ಮತ್ತೊಂದು ಖಾಲಿ ಜಾಗ. ”

“ಸರಿ. ಮುಂದೆ ಸಾಗು."

“ಸರಿ, ನಾನು ಮತ್ತು ನೆಗ್ರಾನ್ ಮನೆಗೆ ಹೋಗುತ್ತೇನೆ ಮತ್ತು ನಾನು ಮುಖಮಂಟಪದ ಸುತ್ತಲೂ ಪಕ್ಕದ ಮೆಟ್ಟಿಲುಗಳವರೆಗೆ ನಡೆಯುತ್ತೇನೆ. ನಾನು

ಅವರನ್ನು ತಲುಪುತ್ತಿದ್ದಂತೆಯೇ, ನೆಗ್ರಾನ್ ಶಪಿಸುವುದನ್ನು ನಾನು ಕೇಳುತ್ತೇನೆ. ಅವರು ನಾಯಿ ಶಿಟ್ನಲ್ಲಿ ಹೆಜ್ಜೆ ಹಾಕಿದರು. ಕನಿಷ್ಠಅವರು ಆಶಿಸಿದರು ಇದು ಕೇವಲ ನಾಯಿ ಶಿಟ್ ಎಂದು. ಈ ಸ್ಥಳವು ನಿಜವಾಗಿಯೂ ದುರ್ವಾಸನೆ ಬೀರುತ್ತದೆ, ಮೂತ್ರ ವಿಸರ್ಜನೆ, ಕಸ, ಶಿಟ್, ಎಲ್ಲವೂ. ಹತ್ತಿರದ ಬೀದಿ ದೀಪವು ಸುಟ್ಟುಹೋಗಿದೆ, ಅದು ನರಕದಂತೆ ಕತ್ತಲೆಯಾಗಿದೆ... "ಈಗ ಮೈಲ್ಸ್ ದೇಹವು ತನ್ನಷ್ಟಕ್ಕೆ ತಾನೇ ಬಿಗಿಯಾಗಿ ಕಾಣುತ್ತದೆ, ನಡುಗುವಿಕೆಯು ಸ್ಥಿರವಾದ ಅಲುಗಾಡುವಿಕೆಗೆ ತಿರುಗುತ್ತದೆ. ಮತ್ತೆ ಮಾತನಾಡುವ ಮೊದಲು ಬಾಯಿಯನ್ನು ತೇವಗೊಳಿಸಲು ಅವನು ತೀವ್ರವಾಗಿ ಪ್ರಯತ್ನಿಸಿದನು.

"ಆದ್ದರಿಂದ, ನಾನು ನೆಗ್ರಾನ್‌ನನ್ನು ನೋಡಿ ನಗುತ್ತಿದ್ದೇನೆ, ಅವನು ಮುಖಮಂಟಪದ ಅಂಚಿನಲ್ಲಿ ತನ್ನ ಪಾದರಕ್ಷೆಯನ್ನು ಒರೆಸುತ್ತಿದ್ದಾನೆ. ನಾನು ಹಂತಗಳನ್ನು ಪ್ರಾರಂಭಿಸುತ್ತೇನೆ. "

"ಎಷ್ಟು ಹಂತಗಳು?"

"ನಾಲ್ಕು, ಬಹುಶಃ ಐದು."

"ಈ ಸಮಯದಲ್ಲಿ ನಿಮ್ಮ ಗನ್ ಎಲ್ಲಿದೆ?"

"ಸರಿ, ನನ್ನ ಮೇಲೆ ಎರಡು ಬಂದೂಕುಗಳಿವೆ. ನನ್ನ ಗ್ಲಾಕ್ ನನ್ನ ಕೋಟ್ ಅಡಿಯಲ್ಲಿ ಬೆಲ್ಟ್ ಹೋಲ್ಸ್ಟರ್ನಲ್ಲಿದೆ, ಮತ್ತು ಮೂವತ್ತೆಂಟು ರಿವಾಲ್ವರ್ ಸರಿಯಾದ ಕೋಟ್ ಜೇಬಿನಲ್ಲಿದೆ. "

"ಎರಡೂ ನಿಯಂತ್ರಣ ಸೈಡ್-ಆರ್ಮ್ಸ್?"

"ಹೌದು."

"ನಿಮ್ಮ ಕೋಟ್ ತೆರೆದಿದೆಯೇ ಅಥವಾ ಬಟನ್ ಮಾಡಲಾಗಿದೆಯೇ?"

"ಓಪನ್. ನಿಮಗೆ ತಿಳಿದಿದೆ, ಅದು ಕಾರಿನೊಳಗೆ ಬೆಚ್ಚಗಿತ್ತು, ಆದ್ದರಿಂದ ಅದು ತೆರೆದಿರುತ್ತದೆ. "

ನಗದು ಈಗ ಬಿಗಿಯಾಗಿ ಮುಚ್ಚಿದ ಕೋಟ್ ಅನ್ನು ನೋಡಿದೆ, ಮೈಲ್ಸ್ನ ಚಿಲ್ ಅನ್ನು ತಲುಪಲು ಸಾಧ್ಯವಾಗದ ಕೋಣೆಯ ಉಷ್ಣತೆ. "ಮುಂದೆ ಸಾಗು."

"ಈ ಮಹಿಳೆ ಶಸ್ತ್ರಾಸ್ತ್ರ ಹೊಂದಿಲ್ಲ, ಅವಳು ನೋಡಿದ ಯಾವುದೂ ಇಲ್ಲ, ಹೇಗಾದರೂ ಎಂದು ಹಳೆಯ ಮಹಿಳೆ ನಮಗೆ ಹೇಳಿದರು. ಮನೆಯಿಲ್ಲದ ಇಬ್ಬರು ಸ್ಕ್ವಾಟರ್ಗಳ ನಡುವಿನ ವಿವಾದಕ್ಕಾಗಿ ನಾವು ಅದನ್ನು ಕಂಡುಕೊಂಡಿದ್ದೇವೆ, ನಾವು ಅದನ್ನು ಪರಿಶೀಲಿಸುತ್ತೇವೆ ಮತ್ತು ನಂತರ ಹೊರಡುತ್ತೇವೆ. ಹಾಗಾಗಿ ನೆಗ್ರಾನ್ ತನ್ನ ಪಾದರಕ್ಷೆಯನ್ನು ಕಿತ್ತುಹಾಕುತ್ತಿರುವಾಗ, ನಾನು ಎರಡು, ಮೂರು ಹೆಜ್ಜೆಗಳನ್ನು ಮೇಲಕ್ಕೆ ಹೋಗುತ್ತೇನೆ ಮತ್ತು ದ್ವಾರದ ಒಳಗಿನಿಂದ ಏನಾದರೂ

ಬರುತ್ತಿರುವುದನ್ನು ನಾನು ಕೇಳುತ್ತೇನೆ. ”

"ನೀವು ಏನು ಕೇಳಿದ್ದೀರಿ?"

ಮೈಲ್ಸ್ ಭುಜಗಳು ಸೆಳೆದವು ಮತ್ತು ಅವನ ಬಲಗೈ ಅವನ ತೊಡೆಯಿಂದ ಹೊರಬಂದಿತು, ಮುಷ್ಟಿಯಲ್ಲಿತ್ತು. “ತೀಕ್ಷ್ಣವಾದ ಡಬಲ್ ಮೆಟಾಲಿಕ್ ಕ್ಲಿಕ್. ಶಸ್ತ್ರಾಸ್ತ್ರವನ್ನು ಲಾಕ್ ಮಾಡಿ ಲೋಡ್ ಮಾಡಿದಂತೆ. ನೆಗ್ರಾನ್ ಕೂಡ ಅದನ್ನು ಕೇಳಿದ. ಅವರು ಹೇಳಿದರು, "ಫಕ್!" ಮತ್ತು ನಾನು ಅವನನ್ನು ಮುಖಮಂಟಪದ ಮುಂದೆ ಬಾತುಕೋಳಿ ನೋಡಿದೆ ಮತ್ತು ಅವನ ಬಂದೂಕಿಗೆ ಹೋಗುತ್ತೇನೆ. ನಾನು ಹೆಪ್ಪುಗಟ್ಟಿದ ಅಲ್ಲಿಯೇ ನಿಂತಿದ್ದೆ. ”

ನಗದು ಮತ್ತೆ ತನ್ನ ಸ್ವಂತ ಆಸನದಲ್ಲಿ ಕುಳಿತು, ಯುವ, ನಡುಗುವ ಪೋಲೀಸ್ ಮೇಲೆ ಕಣ್ಣಿಟ್ಟಿತು.

"ಮುಂದುವರಿಯಿರಿ," ಅವರು ಮೃದುವಾಗಿ ಹೇಳಿದರು.

“ಇದ್ದಕ್ಕಿದ್ದಂತೆ ಈ ವ್ಯಕ್ತಿ, ಈ ಅಗಾಧವಾದ ಫಕಿಂಗ್ ವ್ಯಕ್ತಿ ಅಲ್ಲಿಯೇ ಇದ್ದಾನೆ, ದ್ವಾರದಲ್ಲಿಯೇ ಇರಬಹುದು, ಬಹುಶಃ ನನ್ನಿಂದ ಎಂಟು, ಒಂಬತ್ತು ಅಡಿ ದೂರದಲ್ಲಿರಬಹುದು. ದೊಡ್ಡ, ಹುಚ್ಚನಂತೆ ಕಾಣುವ ವ್ಯಕ್ತಿ, ಮತ್ತು ಅವನ ಕೈಯಲ್ಲಿ ಫಕಿಂಗ್ ರೈಫಲ್ ಸಿಕ್ಕಿದೆ. ಒಂದು ರೈಫಲ್! ” ಪದಗಳು ಈಗ ಸುರಿಯುತ್ತಿದ್ದವು, ಮತ್ತು ನಗದು ಅವನ ಪ್ರಶ್ನೆಗಳನ್ನು ಹಿಡಿದಿತ್ತು. ಅವನು ಅದನ್ನು ಉಗುಳಲು ಬಿಡಿ, ಎಲ್ಲವನ್ನೂ ಹೊರತೆಗೆಯಿರಿ ಮತ್ತು ಅತಿಯಾಗಿ. ವಿವರಗಳು, ನಿಜವಾದ ಅಥವಾ ಆವಿಷ್ಕರಿಸಲ್ಪಟ್ಟವು, ಕಾಯಬಹುದು. "ನಾನು ಬಹುತೇಕ ನನ್ನನ್ನೇ ನೋಡಿದೆ. ನನ್ನ ಪ್ರಕಾರ, ಈ ವ್ಯಕ್ತಿ ನಿಜವಾದ ಹುಚ್ಚನಂತೆ ಕಾಣುತ್ತಿದ್ದನು, ಬೆವರುವುದು, ತನ್ನನ್ನು ತಾನೇ ಶಪಿಸಿಕೊಳ್ಳುವುದು, ಮುಖಮಂಟಪಕ್ಕೆ ಹೆಜ್ಜೆ ಹಾಕುವುದು ಮತ್ತು ಆ ರೈಫಲ್ ಅನ್ನು ಹಿಂದಕ್ಕೆ ಮತ್ತು ಮುಂದಕ್ಕೆ ತಿರುಗಿಸುವುದು. ” ಸೆಳೆತದಲ್ಲಿ ಮೈಲುಗಳು ನಡುಗಿದವು. ಅವರು ಆಳವಾದ ಉಸಿರನ್ನು ತೆಗೆದುಕೊಂಡರು, ಅದನ್ನು ಸಂಕ್ಷಿಪ್ತವಾಗಿ ಹಿಡಿದುಕೊಂಡರು, ನಂತರ ಮುಂದುವರಿಸಿದರು. "ಹಾಗಾಗಿ ನಾನು ಹೇಳುತ್ತೇನೆ, 'ಹೇ,' ನಿಮಗೆ ತಿಳಿದಿದೆ, ಫಕಿಂಗ್ ಈಡಿಯಟ್ನಂತೆ, ಮತ್ತು ವ್ಯಕ್ತಿ ನನ್ನ ಮೇಲೆ ಶೂನ್ಯ ಮಾಡುತ್ತಾನೆ, ಅವನು ಒಂದು ಸೆಕೆಂಡ್ ಹಿಂಜರಿಯುವುದಿಲ್ಲ. ಅವನುಎಂದು ನಾನು ನಿಮಗೆ ಹೇಳುತ್ತಿದ್ದೇನೆ ಹುಚ್ಚನಾಗಿದ್ದಾನೆಮತ್ತು ಅವನು ನನ್ನ ಮೇಲೆ ಕೂಗಲು ಪ್ರಾರಂಭಿಸುತ್ತಾನೆ, ಅವನ ಮುದುಕಿಯ ಬಗ್ಗೆ, ಅವನ ಮಗುವಿನ ಬಗ್ಗೆ, ಅಂತಹದ್ದೇನಾದರೂ, ಮತ್ತು ಅವನು ನನ್ನ ಮೇಲೆ ರೈಫಲ್ ಅನ್ನು ತೋರಿಸುತ್ತಿದ್ದಾನೆ ಮತ್ತು ಅವನು ನನ್ನನ್ನು ಕೊಲ್ಲುತ್ತಾನೆಂದು ನನಗೆ ತಿಳಿದಿದೆ, ಮತ್ತು ನಾನು ಪಡೆದುಕೊಂಡಿದ್ದೇನೆ ನನ್ನ

ಎಡಗೈ ಬ್ಯಾನಿಸ್ಟರ್ ಮೇಲೆ, ನಿಮಗೆ ಗೊತ್ತಾ, ನಾನು ಮೆಟ್ಟಿಲುಗಳನ್ನು ಹತ್ತುತ್ತಿದ್ದೆ, ಮತ್ತು ನಾನು ನನ್ನನ್ನು ಹಿಂದಕ್ಕೆ ತಳ್ಳುತ್ತೇನೆ. ನಾನು ಏನು ಮಾಡುತ್ತಿದ್ದೇನೆ ಎಂದು ನನಗೆ ತಿಳಿದಿಲ್ಲ, ನನ್ನನ್ನು ಮೆಟ್ಟಿಲುಗಳ ಕೆಳಗೆ ಎಸೆಯುವುದು. ನಂತರ ನಾನು ಈ ಪ್ರಚಂಡ ಸ್ಫೋಟವನ್ನು ಕೇಳುತ್ತೇನೆ ಮತ್ತು ದೈತ್ಯ ಬೆಳಕಿನ ಮಿಂಚು ಇದೆ ಮತ್ತು ನಾನು ಮೆಟ್ಟಿಲುಗಳನ್ನು ಕೊಳಕು ಮತ್ತು ಯೇಸುಕ್ರಿಸ್ತನೊಳಗೆ ಉರುಳಿಸುತ್ತಿದ್ದೇನೆ, ನಾನು ಪ್ರಮಾಣ ಮಾಡುತ್ತೇನೆ ಎಂದು ನಾನು ಪ್ರತಿಜ್ಞೆ ಮಾಡುತ್ತೇನೆ. ನನ್ನ ಪ್ಯಾಂಟ್‌ನಲ್ಲಿ ಬೆಚ್ಚಗಿನ ಮೂತ್ರ ವಿಸರ್ಜನೆ ಇದೆ ಎಂದು ನಿಮಗೆ ತಿಳಿದಿದೆ. ಇದು ರಕ್ತ ಎಂದು ನಾನು ಭಾವಿಸಿದೆ, ನನಗೆ ಗುಂಡು ಹಾರಿಸಲಾಗಿದೆ ಎಂದು ನಾನು ಭಾವಿಸಿದೆ. ಮಿಸ್ಟರ್ ಕ್ಯಾಶ್, ನಾನು ಅದನ್ನು ತೆಗೆಯುವುದು ನೆನಪಿಲ್ಲ ಎಂದು ನಾನು ದೇವರ ಮೇಲೆ ಪ್ರಮಾಣ ಮಾಡುತ್ತೇನೆ, ಆದರೆ ನನ್ನ ಮೂವತ್ತೆಂಟು ನನ್ನ ಕೈಯಲ್ಲಿತ್ತು ಮತ್ತು ನಾನು ಅದನ್ನು ಆ ವ್ಯಕ್ತಿಗೆ ತೋರಿಸುತ್ತಿದ್ದೇನೆ ಮತ್ತು ಅವನು ತನ್ನ ಗುರಿಯನ್ನು ನೆಗ್ರಾನ್ ಕಡೆಗೆ ತಿರುಗಿಸುತ್ತಿದ್ದಾನೆ ಮುಖಮಂಟಪ ನಮ್ಮ ಬಗ್ಗೆ ಏನಾದರೂ ಕೂಗುತ್ತಾಳೆ ಮತ್ತು ಆ ವ್ಯಕ್ತಿ ಕಿರುಚಲು ಪ್ರಾರಂಭಿಸುತ್ತಾನೆ 'ಅವನು ನಮ್ಮನ್ನು ಕೊಲ್ಲುತ್ತಾನೆ ಮತ್ತು ಅವನು ರೈಫಲ್ ಅನ್ನು ನನ್ನ ಕಡೆಗೆ ತಿರುಗಿಸುತ್ತಾನೆ, ನನ್ನ ಫಕಿಂಗ್ ಎದೆಯ ಬಳಿ ಮತ್ತು ಅವನು ಕೋಣೆಗೆ ಮತ್ತೊಂದು ಸುತ್ತನ್ನು ಜ್ಯಾಕ್ ಮಾಡುತ್ತಾನೆ ಮತ್ತು ನನ್ನ ಗನ್ ಹೊರಟುಹೋಗುತ್ತದೆ ಮತ್ತು ವ್ಯಕ್ತಿ ಕೇವಲ ಮಿನುಗುತ್ತಾನೆ ಗುಂಡುಗಳು ಅವನನ್ನು ನೋಯಿಸುವುದಿಲ್ಲ ಮತ್ತು ಆದ್ದರಿಂದ ನಾನು ತಪ್ಪಿಸಿಕೊಂಡಿದ್ದೇನೆ ಎಂದು ನಾನು ಭಾವಿಸುತ್ತೇನೆ. ನಂತರ ಅವನು ಮತ್ತೆ ಗುಂಡು ಹಾರಿಸುತ್ತಾನೆ ಮತ್ತು ನಾನು ಹೊಡೆದಿದ್ದೇನೆ ಎಂದು ನಾನು ಭಾವಿಸುತ್ತೇನೆ, ನಾನು ಸಾಯುತ್ತೇನೆ, ಮತ್ತು ನಾನು ಮತ್ತೆ ಮತ್ತೆ ಗುಂಡು ಹಾರಿಸಲು ಪ್ರಾರಂಭಿಸುತ್ತೇನೆ. ಕೊನೆಯ ಹೊಡೆತ ನಾನು ಅವನ ಅಂಗಿಯನ್ನು ನೋಡುತ್ತೇನೆ, ಅವನು ಟೀ ಶರ್ಟ್ ಧರಿಸಿರುತ್ತಾನೆ, ಮತ್ತು ನಾನು ಶರ್ಟ್ ಕಣ್ಣೀರನ್ನು ನೋಡುತ್ತೇನೆ ಎಂದು ದೇವರ ಮೇಲೆ ಪ್ರಮಾಣ ಮಾಡುತ್ತೇನೆ. ಇದು ನಿಧಾನ ಚಲನೆಯಂತೆ. ಶರ್ಟ್ ಒಳಗೆ ತಳ್ಳಲ್ಪಡುತ್ತದೆ, ಯಾರಾದರೂ ಅವನನ್ನು ಪೆನ್ಸಿಲ್ ಅಥವಾ ಯಾವುದನ್ನಾದರೂ ಇರಿದಂತೆ, ಮತ್ತು ಅದು ಅವನ ಎದೆಯ ರಂಧ್ರದಿಂದ ಹೊರಬರುತ್ತದೆ, ಮತ್ತು ಅದು ಹರಿದುಹೋಗುತ್ತದೆ, ನಿಮಗೆ ತಿಳಿದಿದೆ, ಶರ್ಟ್ ಹರಿದುಹೋಗಿದೆ ಮತ್ತು ಅದು ರಕ್ತದಿಂದ ಕೆಂಪು ಬಣ್ಣದ್ದಾಗಿದೆ, ಮತ್ತು ಅದು ಕೇವಲ ಒಳಗೆ ಎದ್ದು, ನಂತರ ಅವನ ಎದೆಯಿಂದ. ರಂಧ್ರದಿಂದ ರಕ್ತ ಸಿಂಪಡಿಸಲಾಗಿದೆ - ಅದರಲ್ಲಿ ಕೆಲವು ನನಗೆ ಬಡಿದವು. ಇದು ನಿಧಾನ

ಚಲನೆಯಂತೆ. ನಂತರ ಅವನು ಕೆಳಗೆ ಬೀಳುತ್ತಾನೆ, ನಿಜವಾಗಿ ಕುಳಿತುಕೊಳ್ಳುತ್ತಾನೆ. ನೆಗ್ರಾನ್ ನುಗ್ಗಿ ಹೋಗುತ್ತಿದ್ದಾನೆ. ವ್ಯಕ್ತಿ ರೈಫಲ್ ಅನ್ನು ಬೀಳಿಸುತ್ತಾನೆ ಮತ್ತು ಅದು ಮೆಟ್ಟಿಲುಗಳ ಕೆಳಗೆ ಇಳಿಯುತ್ತದೆ ಮತ್ತು ನೆಗ್ರಾನ್, ಅವನು ಕೆಂಪು ಮತ್ತು ಉತ್ಸುಕನಾಗಿದ್ದಾನೆ ಮತ್ತು ಅವನು ತನ್ನ ಗ್ಲಾಕ್ ಅನ್ನು ಆ ವ್ಯಕ್ತಿಯ ಮುಖಕ್ಕೆ ಅಂಟಿಸಿ, 'ನೀನು ಮಗ-ಬಿಚ್' ಎಂದು ಹೇಳುತ್ತಾನೆ ಮತ್ತು ಆ ವ್ಯಕ್ತಿ ಅವನ ಬೆನ್ನಿನ ಮೇಲೆ ಬೀಳುತ್ತಾನೆ ಮತ್ತು ಅವನ ತಲೆ ಮುಖಮಂಟಪಕ್ಕೆ ಬಡಿಯುತ್ತದೆ, ಮತ್ತು ಅದು ಇಲ್ಲಿದೆ. ಅದು ಆಗಿತ್ತು. "

ನಗದು ಕೇಳುವ ಮೊದಲು ಕೆಲವು ಕ್ಷಣಗಳು ಕಳೆದುಹೋಗಲಿ, "ನೀವು ಸ್ವಲ್ಪ ನೀರು ಅಥವಾ ಏನನ್ನಾದರೂ ಬಯಸುತ್ತೀರಾ? ಕಾಫಿ? ನಿಮಗೆ ವಿಶ್ರಾಂತಿ ನೀಡಲು ವೈದ್ಯರು ನಿಮಗೆ ಹೆಚ್ಚಿನದನ್ನು ನೀಡಬಹುದು. "

"ಇಲ್ಲ ಸ್ವಾಮೀ. ಇಲ್ಲ. " ಮೈಲ್ಸ್ನ ಕಣ್ಣಲ್ಲಿ ಕಣ್ಣೀರು ಸುರಿಸಿತು, ಮತ್ತು ಅವನು ಅವುಗಳನ್ನು ಬೇಗನೆ ಒರೆಸಿದನು. ಅವನು ನಿಟ್ಟುಸಿರುಬಿಟ್ಟು ನೆಲವನ್ನು ನೋಡುತ್ತಿದ್ದನು, ಅವನ ಬಲಗಾಲು ಅಲುಗಾಡುತ್ತಿದೆ, ಕೋಪ ಮತ್ತು ಅವಮಾನ ಅವನ ಮೇಲೆ ಭಾರವಾಗಿತ್ತು. ಕಣ್ಣೀರು ಮತ್ತೆ ಸ್ವಾಗತಿಸಿತು, ಮತ್ತು ನಗದು ಎದ್ದು ಕಿಟಕಿಯ ಕಡೆಗೆ ತಿರುಗಿತು, ಯುವಕನಿಗೆ ಅವನ ಬೆನ್ನು. ಅವನು ಮತ್ತೆ ಕುಳಿತು ಮಾತನಾಡುವ ಮೊದಲು ಅಹಿತಕರ ಕ್ಷಣಗಳು ಕಳೆದವು.

"ಮುಂದೆ ಏನಾಯಿತು?"

ಮೈಲ್ಸ್ ಸ್ಪಷ್ಟವಾಗಿ ತಲೆ ಅಲ್ಲಾಡಿಸಿದ. ಅವನ ಧ್ವನಿ ಕಡಿಮೆ, ಚಪ್ಪಟೆಯಾಗಿತ್ತು. "ಸ್ಯಾಂಚೆ z ್ ಬಂದು ನನ್ನ ಮೇಲೆ ಕೈ ಚಲಾಯಿಸಲು ಪ್ರಾರಂಭಿಸಿದ. ನಿಮಗೆ ಗೊತ್ತಾ, ನಾನು ನೆಲದ ಮೇಲೆ ಇಳಿದಿದ್ದೆ, ಆ ವ್ಯಕ್ತಿ ನನ್ನ ಮೇಲೆ ಗುಂಡು ಹಾರಿಸಿದ್ದಾನೆ, ಆದ್ದರಿಂದ ಸ್ಯಾಂಚೆ z ್ ನನಗೆ ಹೊಡೆದಿದ್ದಾನೆಂದು ಭಾವಿಸಿದನು. ಅವರು, 'ಪವಿತ್ರ ಕ್ರಿಸ್ತನೇ, ನೀವು ಸರಿಯಾಗಿದ್ದೀರಾ, ನೀವು ಸರಿಯಾಗಿದ್ದೀರಾ?' ನಾನು ಎದ್ದು ನಿಂತೆ. ಸ್ಯಾಂಚೆ z ್ ನನ್ನ ಕೈಯಿಂದ ಬಂದೂಕನ್ನು ತೆಗೆದುಕೊಂಡು ನನ್ನ ಜೇಬಿನಲ್ಲಿ ಇಟ್ಟನು. ನಾವು ಒಬ್ಬರನ್ನೊಬ್ಬರು ನೋಡುತ್ತಾ ಅಲ್ಲಿಯೇ ನಿಂತಿದ್ದೆವು. ಆಗ ನೆಗ್ರಾನ್, 'ಬನ್ನಿ' ಎಂದು ಹೇಳಿ ಅವನು ಮನೆಯೊಳಗೆ ಓಡಿದನು. ಎರಡನೇ ಪರ್ಪ್ ಇತ್ತು, ನಾವು ಸ್ಥಳವನ್ನು ತೆರವುಗೊಳಿಸಬೇಕಾಗಿತ್ತು, ಆದ್ದರಿಂದ ನಾನು ಮತ್ತು ಸ್ಯಾಂಚೆ z ್ ಅವರನ್ನು ಹಿಂಬಾಲಿಸಿದೆವು. "

"ನೀವು ದೇಹವನ್ನು ನೋಡಿದ್ದೀರಾ?"

"ಇಲ್ಲ."

"ಮುಂದೆ ಸಾಗು."

"ಹಳೆಯ ಮಹಿಳೆ ಹುಡುಗನ ಕೋಣೆ ಎರಡನೇ ಮಹಡಿಯಲ್ಲಿದೆ ಎಂದು ನಮಗೆ ಹೇಳಿದರು. ನಾವು ಮೇಲಕ್ಕೆ ಹೋದೆವು. ಅದು ತುಂಬಾ ಕತ್ತಲೆಯಾಗಿತ್ತು. ಆಗ ನಾವು ಹಳೆಯ ಸೀಮೆಎಣ್ಣೆ ದೀಪವನ್ನು ನೋಡಿದೆವು ಆ ವ್ಯಕ್ತಿಯ ಕೋಣೆ, ಅದು ಮಾತ್ರ ಬೆಳಕು. ನೆಗ್ರಾನ್ ಮತ್ತು ಸ್ಯಾಂಚೆ z ್ ಒಳಗೆ ಹೋದರು. ಅಲ್ಲಿಯೇ ಗೋಡೆಯ ಎದುರು ಸಣ್ಣ ಮೇಜಿನ ಮೇಲೆ ಹೆರಾಯಿನ್ ಕಂಡುಬಂದಿದೆ. ನಾನು ಸೋರ್ಟಾ ಬಾತ್ರೂಮ್ಗೆ ಅಲೆದಾಡಿದೆ. ಮತ್ತು ನನ್ನ ಜೀವನದಲ್ಲಿ ಮೊದಲ ಬಾರಿಗೆ ನನ್ನ ಮನಸ್ಸು ಒಟ್ಟು ಖಾಲಿಯಾಗಿತ್ತು. ನಾನು ಯೋಚಿಸುತ್ತಿರಲಿಲ್ಲ, "ಹೇ, ನೀವು ಯಾವುದರ ಬಗ್ಗೆಯೂ ಯೋಚಿಸುತ್ತಿಲ್ಲ." ಅದು ಸಂಪೂರ್ಣವಾಗಿ ಖಾಲಿಯಾಗಿತ್ತು, ಖಾಲಿಯಾಗಿತ್ತು. ನನ್ನ ಜೇಬಿನಲ್ಲಿ ಪೆನ್ಸಿಲ್ ಫ್ಲ್ಯಾಷ್ ಇತ್ತು. ನಾನು ಅದನ್ನು ತೆಗೆದುಕೊಂಡು ಅದನ್ನು ಆನ್ ಮಾಡಿದೆ. ನಾನು ಹಳೆಯ ಕನ್ನಡಿಯಲ್ಲಿ, ಬಾತ್ರೂಮ್ನಲ್ಲಿ ನನ್ನನ್ನು ನೋಡಿದಾಗ, ನಿಮಗೆ ತಿಳಿದಿದೆ, ಮತ್ತು ನಾನು ಪ್ರಾರಂಭಿಸಿದೆ ... ನಾನು ಅಳಲು ಪ್ರಾರಂಭಿಸಿದೆ. ಆದರೆ ಅದು ಹುಚ್ಚನಾಗಿತ್ತು, ನಾನು ಯಾವುದೇ ಕಾರಣವಿಲ್ಲದೆ ಅಳುತ್ತಿದ್ದೇನೆ, ಏಕೆಂದರೆ ನನ್ನ ಮನಸ್ಸು ಖಾಲಿಯಾಗಿತ್ತು, ಸಂಪೂರ್ಣವಾಗಿ ಖಾಲಿಯಾಗಿತ್ತು. ನಾನು ನನ್ನ ಪ್ರತಿಬಿಂಬವನ್ನು ನೋಡುತ್ತಿದ್ದೆ, ನಂತರ ನಾನು ಎಲೆಯಂತೆ ನಡುಗಲು ಪ್ರಾರಂಭಿಸಿದೆ ಮತ್ತು ಸಿಂಕ್ನಲ್ಲಿ ಎಸೆದಿದ್ದೇನೆ. ಅದರಂತೆಯೇ, ನಾನು ಚುಚ್ಚಿದೆ, ಮತ್ತು ನನಗೆ ತುಂಬಾ ಮುಜುಗರವಾಯಿತು. ನೆಗ್ರಾನ್ ಬಾತ್ರೂಮ್ಗೆ ಬಂದರು, ಅವನು ತನ್ನ ಬೆಳಕನ್ನು ಸಹ ಹೊಂದಿದ್ದನು. ಅವನು ಏನು ಹೇಳುತ್ತಿದ್ದಾನೆಂದು ನನಗೆ ತಿಳಿದಿಲ್ಲ, ನನಗೆ ತುಂಬಾ ನಾಚಿಕೆಯಾಯಿತು, ಮತ್ತು ನಂತರ ಅವನು ದೂರ ಹೋದನು ಮತ್ತು ನಾನು ಒಬ್ಬಂಟಿಯಾಗಿದ್ದೆ. ನಾನು ಬಾಗಿಲು ಮುಚ್ಚಿದೆ. ನಾನು ಸಿಂಕ್ ಅನ್ನು ತೊಳೆಯಲು, ನನ್ನನ್ನು ಸ್ವಚ್ clean ಗೊಳಿಸಲು ಬಯಸಿದ್ದೆ, ಆದರೆ ಹರಿಯುವ ನೀರು ಇರಲಿಲ್ಲ. ನಾನು ಬಾತ್ರೂಮ್ ಬಿಡಲು ಇಷ್ಟವಿರಲಿಲ್ಲ. ನನಗೆ ಮುಜುಗರವಾಯಿತು. " ಮೈಲ್ಸ್ ಸ್ವಲ್ಪ ತಲೆ ಅಲ್ಲಾಡಿಸಿದ. "ನಂತರ ಅದು ನನ್ನ ಮೇಲೆ ಮೂಡಿತು, ಏನು, ನಾನು ನನ್ನ ಕೆಲಸವನ್ನು ಮಾಡಿದ್ದೇನೆ, ನನಗೆ ನಾಚಿಕೆಪಡಲು ಯಾವುದೇ ಕಾರಣವಿಲ್ಲ. ನಂತರ, ಇದ್ದಕ್ಕಿದ್ದಂತೆ, ನನಗೆ ನಿಜವಾದ ಪ್ರತಿಕೂಲವಾಯಿತು ... ನಾನು 'ಎಲ್ಲರನ್ನೂ ಫಕ್ ಮಾಡಿ, ಅವರನ್ನು ಫಕ್ ಮಾಡಿ' ಎಂದು ಯೋಚಿಸುತ್ತಿದ್ದಂತೆ. ಇದು ಮೂರ್ಖತನ, ನಾನು .ಹಿಸುತ್ತೇನೆ. "

ನಗದು ಪ್ರತಿಕ್ರಿಯಿಸಲಿಲ್ಲ. ಬದಲಾಗಿ, “ಮುಂದೆ ಏನಾಯಿತು?” ಎಂದು ಕೇಳಿದರು.

"ಸ್ಯಾಂಚೆ z ೆ ಒಳಗೆ ಬಂದನು, ನಾಕ್ ಮಾಡಲಿಲ್ಲ ಅಥವಾ ಏನೂ ಮಾಡಲಿಲ್ಲ, ಬಾಗಿಲು ತೆರೆದು ಒಳಗೆ ನಡೆದನು. ಅವನು ಕಟ್ಟಡವನ್ನು ಮೊಹರು ಮಾಡಲು ಮತ್ತು ಪತ್ತೆದಾರರನ್ನು ಕರೆಯಲು ಹೋಗುತ್ತಿದ್ದೇನೆ ಎಂದು ಹೇಳಿದನು. ಅವರು ಕೆಲವು ಬಿರುಕುಗಳನ್ನು ಕಂಡುಕೊಂಡಿದ್ದಾರೆ ಎಂದು ಅವರು ಹೇಳಿದಾಗ ಅದು ನನಗೆ ನೆನಪಿಲ್ಲ. ಹೇಗಾದರೂ, ನಾನು ಬಾತ್ರೂಮ್ನಿಂದ ಹೊರನಡೆದೆ. ಎಲ್ಲೆಡೆ ಸಮವಸ್ತ್ರಧಾರಿ ಪೊಲೀಸರು ಇದ್ದರು. ಸ್ಯಾಂಚೆ z ೆ 'ಹೊಡೆತಗಳನ್ನು ಹೊಡೆದರು - ಹತ್ತು ಹದಿಮೂರು'. ನಾನು ಅಲೆದಾಡಿದೆ, ಕೆಳಗಡೆ ಹೋದೆ. ಕೆಲವು ನೆರೆಹೊರೆಯ ಜನರು ಮನೆಯ ಹೊರಗೆ ನಿಂತಿದ್ದರು, ಅವರಲ್ಲಿ ಸ್ವಲ್ಪ ಜನಸಮೂಹ. ರೇಡಿಯೋ ಕಾರುಗಳು ಅವರನ್ನು ಎಚ್ಚರಗೊಳಿಸಿದವು ಎಂದು ನಾನು ess ಹಿಸುತ್ತೇನೆ. ಇದು ತುಂಬಾ ವಿಲಕ್ಷಣವಾಗಿತ್ತು, ಈ ಜನಸಂದಣಿಯೊಂದಿಗೆ ಇದ್ದಕ್ಕಿದ್ದಂತೆ ಈ ನಿರ್ಜನ ಬೀದಿ... ಅವರು ಹಾಗೆ ಕಾಣುತ್ತಿದ್ದರು... ಸೋಮಾರಿಗಳಂತೆ ಅಥವಾ ಏನಾದರೂ. ಅದು ಹ್ಯಾಲೋವೀನ್ ಆಗಿತ್ತು. ಅವರು ಮಾತನಾಡುತ್ತಿದ್ದರು ಮತ್ತು ಮೃತ ದೇಹವನ್ನು ನೋಡುತ್ತಿದ್ದರು ಮತ್ತು ಒಳ್ಳೆಯ ಸಮಯವನ್ನು ಹೊಂದಿದ್ದರು. ಆ ವ್ಯಕ್ತಿಯನ್ನು ಗುಂಡು ಹಾರಿಸಿದ ಪೋಲೀಸ್ನಾಗಿ ಅವರಲ್ಲಿ ಕೆಲವರು ನನ್ನನ್ನು ಮಾಡಿದ್ದಾರೆ ಎಂದು ನಾನು ಭಾವಿಸುತ್ತೇನೆ. ನಾನು ಕೆಲವು ಕೊಳಕು ನೋಟವನ್ನು ಪಡೆದುಕೊಂಡಿದ್ದೇನೆ, ನಿಮಗೆ ತಿಳಿದಿದೆ, ಮತ್ತು ಕೆಲವು ಮಂಬಲ್ಗಳು. ಅವರಲ್ಲಿ ಹೆಚ್ಚಿನವರು ಹೆಚ್ಚು ಕಾಳಜಿ ತೋರುತ್ತಿಲ್ಲ. ಓರ್ವ ವಯಸ್ಸಾದ ವ್ಯಕ್ತಿ ನನ್ನ ಕೈ ಕುಲುಕಲು ಬಯಸಿದನು, ಅಗತ್ಯವಿರುವ ಕೊಲೆಯ ಸುತ್ತಲೂ ಇನ್ನೂ ಕೆಲವರು ಇದ್ದಾರೆ ಎಂದು ಹೇಳಿದ್ದರು. ”

"ಇಡೀ ವಿಷಯವನ್ನು ಪ್ರಾರಂಭಿಸಿದ ಮಹಿಳೆ ಎಲ್ಲಿ?" ನಗದು ಕೇಳಿದರು.

“ಕೆಲವು ಸಮವಸ್ತ್ರವು ಅವಳನ್ನು ಕಪ್ಪು ಮತ್ತು ಬಿಳಿ ಬಣ್ಣದಲ್ಲಿ ಹಿಡಿದುಕೊಂಡು, ಪತ್ತೆದಾರರಿಗಾಗಿ ಕಾಯುತ್ತಿತ್ತು. ಹೇಗಾದರೂ, ನಾನು ದೇಹವನ್ನು ನೋಡಲು ಹೋದೆ. ನಿಮಗೆ ಗೊತ್ತಾ... ”ಅವನು ನುಣುಚಿಕೊಂಡನು ಮತ್ತು ಅವನ ಧ್ವನಿಯನ್ನು ಹೊರಹಾಕಿದನು.

“ಜನರುನೋಡುತ್ತಿದ್ದಾರೆಂದು ನೀವು ಹೇಳಿದ್ದೀರಿ ಮೃತ ದೇಹವನ್ನು. ಅದು ಸತ್ತಿದೆ ಎಂದು ನಿಮಗೆ ಹೇಗೆ ಗೊತ್ತು? ”

ಇದು ಮೈಲ್ಸ್ ಅನ್ನು ದಿಗ್ಭ್ರಮೆಗೊಳಿಸುವಂತೆ ತೋರುತ್ತಿದೆ. ಅವನಿಗೆ ಹೇಗೆ ಗೊತ್ತು?ಹೇಗೆ ಅವರುತಿಳಿದಿರುವಿರಾ?

"ನಾನು ಕಾಣಿಸಿಕೊಂಡಿದ್ದೇನೆ. ನನಗೆ ಗೊತ್ತಿಲ್ಲ, ಅವನು ಸತ್ತಂತೆ ಕಾಣುತ್ತಿದ್ದ. ”

"ನೀವು ಇನ್ನೂ ದೇಹವನ್ನು ನೋಡದ ಮೊದಲು ನೀವು ಹೇಳಿದ್ದೀರಿ, ಆದ್ದರಿಂದ ಅದು ಸತ್ತಂತೆ ಕಾಣುತ್ತದೆ ಎಂದು ನಿಮಗೆ ಹೇಗೆ ಗೊತ್ತು?"

ಮೈಲ್ಸ್ ಯಾವುದೇ ಪ್ರತಿಕ್ರಿಯೆ ನೀಡಲಿಲ್ಲ. ಬದಲಾಗಿ ಅವನು ಗೊಂದಲಕ್ಕೊಳಗಾಗಿದ್ದನು, ಗೊಂದಲಕ್ಕೊಳಗಾಗಿದ್ದನು. ನಗದು ಮೃದುವಾಗಿ ಹೇಳಿದರು, “ಆಲಿಸಿ, ಆಂಟನಿ, ಇತರರು ಏನು ಕೇಳುತ್ತಾರೆಂದು ಮಾತ್ರ ನಾನು ಕೇಳುತ್ತಿದ್ದೇನೆ. ಮತ್ತು ನೀವು ಸರಿಯಾದ ಉತ್ತರಗಳನ್ನು ಒದಗಿಸಬೇಕು. ನನ್ನ ತಲೆಯ ಮೇಲ್ಭಾಗದಿಂದ, ನೀವು ನಿಮ್ಮ ನಡವಳಿಕೆಯನ್ನು ಉತ್ತಮಗೊಳಿಸಿದ್ದೀರಿ ಮತ್ತು ನೀವು ತನಿಖಾಧಿಕಾರಿಗಳೊಂದಿಗೆ ಮಾತನಾಡುವಾಗ ಕೆಲವು ವಿಷಯಗಳ ಬಗ್ಗೆ ಕೆಲವು ಪರಿಭಾಷೆಯನ್ನು ಬದಲಾಯಿಸಿದ್ದೀರಿ. ಮತ್ತು ನೀವು ಅವರೊಂದಿಗೆ ಕಣ್ಣಿನ ಸಂಪರ್ಕವನ್ನು ಮಾಡಿಕೊಳ್ಳಬೇಕು, ಯಾರಾದರೂ ಹ್ಯಾಮ್ಲೆಟ್ನ ಸ್ವಗತವನ್ನು ಓದುವಂತೆ ಕಿಟಕಿಯಿಂದ ಹೊರಗೆ ನೋಡಬಾರದು. ನೀಗ್ರಾನ್ ‘ಆಕ್ಷನ್’ ಬಯಸಿದ್ದರಿಂದ ಅಥವಾ ನೀವು ‘ಬೇಸರಗೊಂಡಿದ್ದರಿಂದ’ ನೀವು ಕರೆಗೆ ಪ್ರತಿಕ್ರಿಯಿಸಿದ್ದೀರಿ ಎಂದು ಹೇಳಲು ಸಾಧ್ಯವಿಲ್ಲ. ನೀವೇ ಮೆಟ್ಟಿಲುಗಳ ಕೆಳಗೆ ಎಸೆದಾಗ ನೀವು ಏನು ಮಾಡುತ್ತಿದ್ದೀರಿ ಎಂದು ನಿಮಗೆ ತಿಳಿದಿಲ್ಲ ಎಂದು ಹೇಳಲು ಸಾಧ್ಯವಿಲ್ಲ, ನಿಮ್ಮ ಆಯುಧವು ನಿಮ್ಮ ಕೈಗೆ ಹೇಗೆ ಸಿಕ್ಕಿತು ಎಂದು ನಿಮಗೆ ತಿಳಿದಿಲ್ಲ ಎಂದು ಹೇಳಲು ಸಾಧ್ಯವಿಲ್ಲ. ನೀವು ಪ್ರತಿಕೂಲ ಭಾವನೆ ಹೊಂದಿದ್ದೀರಿ ಅಥವಾ ನಿರುತ್ಸಾಹಗೊಂಡಿದ್ದೀರಿ ಎಂದು ಹೇಳಲು ಸಾಧ್ಯವಿಲ್ಲ. ನೋಡಿ, ನಾನು ನಿಮ್ಮ ಬಾಯಿಯಲ್ಲಿ ಪದಗಳನ್ನು ಹಾಕಲು ಪ್ರಯತ್ನಿಸುತ್ತಿಲ್ಲ, ಆಂಟನಿ, ಆದರೆ ನಿಮಗೆ ಬಿಗಿಯಾದ ಆವೃತ್ತಿ, ಅಚ್ಚುಕಟ್ಟಾಗಿ, ವೃತ್ತಿಪರ ಆವೃತ್ತಿ ಬೇಕು. ಮಹಿಳೆ ಅಧಿಕೃತ ದೂರು ನೀಡಿದ್ದರಿಂದ ನೀವು ಕರೆ ತೆಗೆದುಕೊಂಡಿದ್ದೀರಿ, ನೀವು ಮೊದಲ ಹೊಡೆತದ ದಾರಿಯಿಂದ ರಕ್ಷಣಾತ್ಮಕವಾಗಿ ನಿಮ್ಮನ್ನು ಹೊರಹಾಕಿದ್ದೀರಿ, ನಿಮ್ಮ ಶಸ್ತ್ರಾಸ್ತ್ರವನ್ನು ನೀವು ಎಳೆದಿದ್ದೀರಿ, ಮತ್ತು ನೆಗ್ರಾನ್ ಪೊಲೀಸ್ ಅಧಿಕಾರಿಗಳೆಂದು ಗುರುತಿಸಿದ ನಂತರ ಮತ್ತು ಅಪರಾಧಿಯ ಎರಡನೇ ಹೊಡೆತದಿಂದ, ನೀವು ಆ ಆಯುಧವನ್ನು ಹಾರಿಸಿದ್ದೀರಿ. ನಿಮ್ಮ ಗನ್ ‘ಹೊರಹೋಗಲಿಲ್ಲ’, ನಿಮ್ಮ ಜೀವನ ಮತ್ತು ನಿಮ್ಮ ಪಾಲುದಾರರ ಜೀವನವನ್ನು ರಕ್ಷಿಸಲು ನೀವು ಗುಂಡು ಹಾರಿಸಿದ್ದೀರಿ. ಈಗ ನಾನು ಮತ್ತೆ ಕೇಳುತ್ತೇನೆ, ನೀವು ದೇಹವನ್ನು ನೋಡುವ ಮೊದಲು ಆ ವ್ಯಕ್ತಿ ಸತ್ತಿದ್ದಾನೆಂದು ನಿಮಗೆ ಹೇಗೆ ಗೊತ್ತು? ”

ಮೈಲ್ಸ್ ಅವರು ಹೆಚ್ಚು ಬೆವರು ಮಾಡುತ್ತಿದ್ದಾರೆಂದು ಅರಿತುಕೊಂಡರು ಮತ್ತು ಕೊನೆಗೆ ತನ್ನ ಮೇಲಂಗಿಯನ್ನು ತೆರೆದರು. ಅವನು ತನ್ನ ಸೀಟಿನಲ್ಲಿ ಸ್ಥಳಾಂತರಗೊಂಡು ವಕೀಲರ ಕಣ್ಣಿಗೆ ನೋಡಿದನು. "ಅವನು ಸತ್ತನೆಂದು ನನಗೆ ತಿಳಿದಿತ್ತು ಏಕೆಂದರೆ ... ಹೊಡೆತಗಳನ್ನು ಹಾರಿಸಿದ ಸ್ವಲ್ಪ ಸಮಯದ ನಂತರ ನೆಗ್ರಾನ್ ದೇಹವನ್ನು ಪರೀಕ್ಷಿಸಿದ್ದಾನೆ, ಮತ್ತು ಅಪರಾಧಿ ಸತ್ತಂತೆ ಕಾಣಿಸಿಕೊಂಡಿದ್ದಾನೆ ಎಂದು ಅವನು ನನಗೆ ಹೇಳಿದನು."

"ಸರಿ," ನಗದು ತನ್ನ ತಲೆಯ ಕರ್ಟ್ ನೋಡ್ನೊಂದಿಗೆ ಹೇಳಿದರು. "ಮತ್ತು ಅವರು ಮನೆಗೆ ಮೊಹರು ಮಾಡಿದ ನಂತರ, ನಂತರ ಏನು? ನೀವು ಯಾರೊಂದಿಗೂ ಮಾತನಾಡಿದ್ದೀರಾ? ನೀನು ಏನು ಮಾಡಿದೆ?"

"ಸ್ಯಾಂಚೆ z ್ ನನ್ನನ್ನು ಸಂಪರ್ಕಿಸಿದ. ನೆಗ್ರಾನ್ ಯೂನಿಯನ್ ವಕೀಲರನ್ನು ಹಿಡಿದಿಟ್ಟುಕೊಳ್ಳುವವರೆಗೂ ಯಾರೊಂದಿಗೂ ಮಾತನಾಡಬಾರದೆಂದು, ಇನ್ನೊಬ್ಬ ಪೋಲೀಸ್ ಸಹ ಹೇಳಲಿಲ್ಲ. ಆಗ ಅವನು ನನ್ನನ್ನು ತೋಳಿನ ಮೇಲೆ ಹೊಡೆದು ಹೊರನಡೆದನು; ಅವರು ಜನಸಮೂಹವನ್ನು ಚದುರಿಸಲು ಪ್ರಯತ್ನಿಸುತ್ತಿದ್ದರು. ಈ ಮಧ್ಯೆ, ಹೆಚ್ಚಿನ ಪೊಲೀಸರು ಈ ಪ್ರದೇಶಕ್ಕೆ ಸುರಿದರು. ನೆಗ್ರಾನ್ ಹುಡುಗರನ್ನು ದೂರವಿಡುತ್ತಿದ್ದಾನೆ, ನಿಮಗೆ ತಿಳಿದಿದೆ, ಆದ್ದರಿಂದ ಅವರು ದೃಶ್ಯವನ್ನು ಗೊಂದಲಗೊಳಿಸುವುದಿಲ್ಲ. ನಾನು sorta ಕಳೆದುಕೊಂಡ ಪಡೆಯಿತು

"ಈಸ್ ನೀವು ದೇಹ ನೋಡಿದ್ದಾರೆ ಮಾಡುವಾಗ?"

ಮೈಲ್ಸ್ ಅವನ ಸೀಟಿನಲ್ಲಿ ಸ್ವಲ್ಪ ಸುತ್ತುತ್ತದೆ. "ಹೌದು. ನಾನು ಅಲ್ಲಿಗೆ ನಡೆದಿದ್ದೇನೆ ಮತ್ತು ಅವನು ಅಲ್ಲಿಯೇ ಇದ್ದನು, ಅವನು ಎಲ್ಲಿ ಬಿದ್ದನು. ಅವನ ಕಣ್ಣುಗಳು ತೆರೆದಿವೆ. "

"ನೀವು ದೇಹವನ್ನು ನೋಡಿದಾಗ ನೀವು ಏನು ಯೋಚಿಸಿದ್ದೀರಿ? 'ಈ ವ್ಯಕ್ತಿ ನನ್ನನ್ನು ಬಹುತೇಕ ಕೊಂದಿದ್ದಾನೆ' ಎಂದು ನೀವು ಯೋಚಿಸಿದ್ದೀರಾ?

ಮೈಲ್ಸ್ ಹಿಂಜರಿದರು. "ನೋಡಿ, ಮಿಸ್ಟರ್ ಕ್ಯಾಶ್, ನಾನು ಹಾಗೆ ಏನನ್ನೂ ಯೋಚಿಸಲಿಲ್ಲ. ಮತ್ತು ನಾನು ಯೋಚಿಸಿದ್ದಕ್ಕೆ ಏನು ಮುಖ್ಯ? ಆಲೋಚನೆಗಳು ಹೆಚ್ಚು ಅರ್ಥವಲ್ಲ. ನಾನು ಹೊಂದಿದ್ದೆ ... ನನಗೆ ಹುಚ್ಚು ಆಲೋಚನೆಗಳು ಇದ್ದವು, ಆದರೆ ಅವು ನಿಮ್ಮಂತೆ ಯೋಚಿಸುವಂಥದ್ದಲ್ಲ. "

ನಗದು ತೆಳುವಾದ, ದಣಿದ ಸ್ಮೈಲ್ ಅನ್ನು ಮುಗುಳ್ನಕ್ಕು. "ನೀವು ಹೇಳಿದ್ದು ಸರಿ, ಆಂಟನಿ, ಹೆಚ್ಚಿನ ಆಲೋಚನೆಗಳು ಹೆಚ್ಚು ಅರ್ಥವಾಗುವುದಿಲ್ಲ. ಆದರೆ ಹೇಗಾದರೂ ಹೇಳಿ. ನಿಮ್ಮನ್ನು ಉತ್ತಮವಾಗಿ ರಕ್ಷಿಸಲು ನಾನು ಇಡೀ ಚಿತ್ರವನ್ನು

ಪಡೆಯಬೇಕಾಗಿದೆ. ”

ಮೈಲುಗಳು ಮಸುಕಾಗಿ ಕಾಣುತ್ತಿದ್ದವು. ಅವರು ಈಗ ಹೆಚ್ಚು ಗಮನಾರ್ಹವಾಗಿ ನಡುಗುತ್ತಿದ್ದರು ಮತ್ತು ಅವುಗಳನ್ನು ಸ್ಥಿರಗೊಳಿಸುವ ಪ್ರಯತ್ನದಲ್ಲಿ ತಮ್ಮ ಕೈಗಳನ್ನು ಒಟ್ಟಿಗೆ ಹಿಡಿಯುತ್ತಿದ್ದರು. ಅವನು ಇದ್ದಕ್ಕಿದ್ದಂತೆ ತನ್ನ ನವಿಲನ್ನು ತೆಗೆದು, ಮಡಚಿ ಅದನ್ನು ಅಚ್ಚುಕಟ್ಟಾಗಿ ನೆಲಕ್ಕೆ ಇಳಿಸಿದನು. ಅವರು ನಗದು ಕಡೆಗೆ ನೋಡಿದರು. "ಸರಿ," ಅವರು ಹೇಳಿದರು. “ನೀವು ಅದನ್ನು ಕೇಳಲು ಬಯಸುತ್ತೀರಿ, ನಾನು ನಿಮಗೆ ಹೇಳುತ್ತೇನೆ. ಆದರೆ ನಾನು ಹೇಳಿದಂತೆ, ಇದು ಸ್ವಲ್ಪ ಹುಚ್ಚವಾಗಿತ್ತು. ನನಗೆ ಅದು ನಿಜವಾಗಿಯೂ ಅರ್ಥವಾಗುತ್ತಿಲ್ಲ, ಆದರೆ ಇಲ್ಲಿ ಅದು ಇದೆ. ನಾನು ಮೇಲೆ ಹೋಗಿ ದೇಹವನ್ನು ನೋಡಿದೆ. ಇದು ಒಂದು ರೀತಿಯಂತೆ ಕಾಣುತ್ತದೆ ... ಒಂದು ರೀತಿಯ ನಕಲಿ, ನಿಮಗೆ ಗೊತ್ತಾ? ಮನುಷ್ಯಾಕೃತಿ ಅಥವಾ ಲಾಂಡ್ರಿ ರಾಶಿಯಂತೆ. ಅದು ಹಾಗೆ ... ಯಾರೋ ಅನ್ಪ್ಲಗ್ ಮಾಡಿದ ಯಂತ್ರದಂತೆ. ತದನಂತರ, ಇದ್ದಕ್ಕಿದ್ದಂತೆ, ನಾನು ಕಾಲೇಜಿನ ಬಗ್ಗೆ ಯೋಚಿಸಲು ಪ್ರಾರಂಭಿಸಿದೆ. ನಾನು ಅಂಗರಚನಾಶಾಸ್ತ್ರ ತರಗತಿಯನ್ನು ತೆಗೆದುಕೊಂಡಾಗ, ಹಿರಿಯ ವರ್ಷ. ನಾನು ಹೊಂದಿದ್ದ ಪ್ರೊಫೆಸರ್ ಅದ್ಭುತವಾಗಿದ್ದರು, ಅವರು ಅದನ್ನು ತುಂಬಾ ಆಸಕ್ತಿದಾಯಕವಾಗಿಸಿದ್ದಾರೆ, ನಿಮಗೆ ಗೊತ್ತಾ? ನಾವು ಮಾನವ ದೇಹ, ಮೂಳೆಗಳು ಮತ್ತು ಸ್ನಾಯುಗಳು, ಗ್ರಂಥಿಗಳು, ಮೆದುಳು, ರಕ್ತ ಮತ್ತು ಹೃದಯದ ಬಗ್ಗೆ ಒಟ್ಟಿಗೆ ಕಲಿತಿದ್ದೇವೆ, ಮನುಷ್ಯನನ್ನು ರೂಪಿಸುತ್ತೇವೆ. ನಿಮಗೆ ತಿಳಿದಿದೆ, ನೀವು ಎಷ್ಟು ಸ್ಮಾರ್ಟ್ ಆಗಿದ್ದರೂ, ನೀವು ಶ್ರೀಮಂತರಾಗಿದ್ದರೆ ಅಥವಾ ಬಡವರಾಗಿದ್ದರೆ ಅಥವಾ ನೀವು ಒಳ್ಳೆಯವರಾಗಿರಲಿ ಅಥವಾ ಕೆಟ್ಟವರಾಗಿರಲಿ, ಪ್ರತಿಯೊಬ್ಬರೂ ಕಂಪ್ಯೂಟರ್ ಅಥವಾ ಯಾವುದನ್ನಾದರೂ ಒಂದೇ ವಿಷಯವನ್ನು ಪಡೆದುಕೊಳ್ಳುತ್ತಾರೆ. ನಿಮ್ಮ ಮೌಲ್ಯಗಳು, ನಿಮ್ಮ ವ್ಯಕ್ತಿತ್ವ, ಅದು ದ್ವಿತೀಯಕವಾಗಿದೆ. ಮುಖ್ಯವಾದುದು ನಿಮ್ಮ ದೇಹ, ನಿಮ್ಮ ಅಂಗರಚನಾಶಾಸ್ತ್ರ. ನಾನು ಆ ವ್ಯಕ್ತಿಯನ್ನು ನೋಡಿದಾಗ ನಾನು ಯೋಚಿಸಿದೆ. ನನ್ನ ಅಂಗರಚನಾಶಾಸ್ತ್ರದ ಚುನಾಯಿತ. ”

ಮೈಲ್ಸ್ ಮೌನವಾದಾಗ ನಗದು ಏನೂ ಹೇಳಲಿಲ್ಲ. ವರ್ಷಗಳಲ್ಲಿ ಅವರು ಯಾವಾಗ ಮೌನವಾಗಿರಬೇಕು ಮತ್ತು ಯಾವಾಗ ಮಾತನಾಡಬೇಕು ಎಂದು ತಿಳಿಯಲು ಸಾಕಷ್ಟು ಜನರನ್ನು ಸಂದರ್ಶಿಸಿದ್ದರು. ಮೈಲ್ಸ್ ಮುಂದುವರಿಯುತ್ತದೆ ಎಂದು ಅವನಿಗೆ ತಿಳಿದಿತ್ತು. ನಗದು ದೇಹದ ಭಾಗಗಳ ಬಗ್ಗೆ ಕಾಳಜಿ ವಹಿಸಲಿಲ್ಲ, ಶೂಟಿಂಗ್ ಸುತ್ತಮುತ್ತಲಿನ ಸಂಗತಿಗಳ ಬಗ್ಗೆ ಕಾಳಜಿ ವಹಿಸಿದರು. ಮತ್ತು ಆ ಸಂಗತಿಗಳನ್ನು ಸಂಗ್ರಹಿಸಲು ತೆಗೆದುಕೊಂಡರೆ ಮೈಲ್ಸ್ ಸ್ವಲ್ಪ ಸಮಯದವರೆಗೆ

ಹೊರಗುಳಿಯಲು ಅವರು ಸಿದ್ಧರಾಗಿದ್ದರು.

"ಹೇಗಾದರೂ," ಮೈಲ್ಸ್ ತನ್ನ ನಿರೂಪಣೆಯಲ್ಲಿ ಯಾವುದೇ ವಿರಾಮವಿಲ್ಲ ಎಂದು ಮುಂದುವರೆದರು. "ನಾನು ಅಂಗರಚನಾಶಾಸ್ತ್ರ ಮತ್ತು ನನ್ನ ಪ್ರಾಧ್ಯಾಪಕನ ಬಗ್ಗೆ ಯೋಚಿಸುತ್ತಲೇ ಇದ್ದೆ. ಮಾನವ ದೇಹವು ಅವನಿಗೆ ದೇವರಂತೆ ಇತ್ತು, ಅವನು ಅದನ್ನು ಪೂಜಿಸಿದನು.ಅವರು ಅಧ್ಯಯನ ಮತ್ತು ಬೋಧನೆಯನ್ನು ವರ್ಷಗಳನ್ನು ಕಳೆದರೂ ಸಹ, ಅವರು ಇನ್ನೂ ಅದರ ಬಗ್ಗೆ ಆಕರ್ಷಿತರಾಗಿದ್ದರು. ಕೆಲವು ವಿದ್ಯಾರ್ಥಿಗಳು ಕೆಟ್ಟದ್ದನ್ನು ನೀಡಲಿಲ್ಲ, ಆದರೆ ನಾನು ಮಾಡಿದ್ದೇನೆ. ನಾನು ಎಲ್ಲವನ್ನೂ ತುಂಬಾ ಅದ್ಭುತವೆಂದು ಕಂಡುಕೊಂಡೆ. ತರಗತಿಯಲ್ಲಿ ನನ್ನ ಪಕ್ಕದಲ್ಲಿ ಕುಳಿತಿದ್ದ ಕೆಲವು ಹೊಂಬಣ್ಣದವರೊಂದಿಗೆ ಒಂದು ದಿನ ಅದನ್ನು ಚರ್ಚಿಸಿದ್ದನ್ನು ನಾನು ನೆನಪಿಸಿಕೊಳ್ಳುತ್ತೇನೆ. ಇದು ನೀರಸ ಎಂದು ಅವರು ಹೇಳಿದರು, ಅವರು ಕೋರ್ಸ್ ಅನ್ನು ಮಾತ್ರ ತೆಗೆದುಕೊಂಡರು ಏಕೆಂದರೆ ಅದು ತನ್ನ ವೇಳಾಪಟ್ಟಿಗೆ ಸರಿಹೊಂದುತ್ತದೆ ಮತ್ತು ಪಾಸ್-ಫೇಲ್ ಆಗಿ ನೀಡಲಾಯಿತು. ಅದು ಏಕೆ ಆಕರ್ಷಕವಾಗಿದೆ ಎಂದು ನಾನು ವಿವರಿಸಲು ಪ್ರಯತ್ನಿಸಿದೆ, ಆದರೆ ಅವಳು ಅದನ್ನು ಸಂಪೂರ್ಣವಾಗಿ ಆಫ್ ಮಾಡಿದ್ದಳು. ಆಗ ಅವಳು ನನಗೆ ಎಂದಿಗೂ ಸಂಭವಿಸದ ವಿಷಯವನ್ನು ಹೇಳಿದಳು. ಆ ವ್ಯಕ್ತಿಯ ಎದೆಯ ರಕ್ತಸಿಕ್ತ ರಂಧ್ರವನ್ನು ನಾನು ನೋಡುತ್ತಿರುವಾಗ ಅದು ನನ್ನ ತಲೆಗೆ ಮತ್ತೆ ಪ್ರವಾಹಕ್ಕೆ ಬಂದಿತು. "

ನಗದು ತನ್ನನ್ನು ತಾನೇ ಕೆರಳಿಸುತ್ತಿದೆ. "ಮತ್ತು ಅದು ಏನು?"

ಈಗ ಮೈಲ್ಸ್ ಕ್ಯಾಶ್ ಅವರನ್ನು ಭೇಟಿ ಮಾಡಲು ಕಣ್ಣು ಎತ್ತಿದರು.

"ಅವಳು, 'ಈ ವ್ಯಕ್ತಿ,' ಅಂದರೆ ಪ್ರಾಧ್ಯಾಪಕ, ನಾನು ಕಂಡುಕೊಂಡವನು ತುಂಬಾ ತಂಪಾಗಿರುತ್ತಾನೆ, 'ಈ ವ್ಯಕ್ತಿ ನಿಜವಾದ ಕೋಲ್ಡ್ ಬಾಸ್ಟರ್ಡ್. ಅವರು ಮಾಂಸದಂತೆಯೇ ಜನರ ಬಗ್ಗೆ ಮಾತನಾಡುತ್ತಾರೆ. ಅವನಿಗೆ, ಯಾರೊಬ್ಬರ ನಡುವೆ ಯಾವುದೇ ವ್ಯತ್ಯಾಸವಿಲ್ಲ - ಸತ್ತ ಮತ್ತು ಸತ್ತವರ ನಡುವೆ. ' ಅವಳು ಅದನ್ನೇ ಹೇಳಿದ್ದು. ಮೊದಲಿಗೆ ಅದು ಒಂದು ರೀತಿಯ ನನ್ನನ್ನು ನಿರುತ್ಸಾಹಗೊಳಿಸಿತು. ಆದರೆ ನಾನು ಅದರ ಬಗ್ಗೆ ಯೋಚಿಸಿದ ನಂತರ, ನಾನು ಅವಳ ವಿಷಯವನ್ನು ನೋಡಲಾರಂಭಿಸಿದೆ. ಅವಳು ಸರಿ ಎಂದು ಈ ವರ್ಷಗಳಲ್ಲಿ ನಾನು ಅದನ್ನು ನನ್ನ ತಲೆಯಲ್ಲಿ ಸಲ್ಲಿಸಿದ್ದೇನೆ, ನಿಮಗೆ ಗೊತ್ತಾ? ಜನರು ನಿಜವಾಗಿಯೂ ರಕ್ತ ಮತ್ತು ರಕ್ತನಾಳಗಳು ಮತ್ತು ದೇಹದ ಭಾಗಗಳಿಗಿಂತ ಹೆಚ್ಚಾಗಿರುತ್ತಾರೆ. ಆದರೆ ನಾನು ಇಂದು ರಾತ್ರಿ ಆ ದೇಹವನ್ನು ನೋಡಿದಾಗ, ಅದರ ಮತ್ತು ನನ್ನ ನಡುವಿನ ವ್ಯತ್ಯಾಸವೆಂದರೆ ಅದು ಸತ್ತಿದೆ ಮತ್ತು ನಾನು

ಅಲ್ಲ. ಒಂದೇ ವ್ಯತ್ಯಾಸ. ಅದರ ವ್ಯವಸ್ಥೆಗಳನ್ನು ಸ್ಥಗಿತಗೊಳಿಸಲಾಯಿತು, ಗಣಿ ಇರಲಿಲ್ಲ. ಅದರ ಹೃದಯ ನಿಂತುಹೋಯಿತು, ಗಣಿ ಬಡಿಯುತ್ತಿತ್ತು. " ಮೈಲುಗಳು ಕುಗ್ಗಿದವು. “? ಕ್ರೇಜಿ, ಸರಿ? "

"ಹೌದು, ಸರಿ ... ಜನರಿಗೆ ಅಂತಹ ಸಮಯಗಳಲ್ಲಿ ಬೆಸ ಆಲೋಚನೆಗಳು ಇರುತ್ತವೆ." ನಗದು ಹೆಚ್ಚು ಸಂಬಂಧಿತ ಮಾಹಿತಿಯನ್ನು ಬಯಸಿದೆ. “ಅಪರಾಧಿ, ಆಂಟನಿ ಬಗ್ಗೆ ಏನು? ನೀವು ಅವನನ್ನು ಎಷ್ಟು ಬಾರಿ ಗುಂಡು ಹಾರಿಸಿದ್ದೀರಿ? "

“ಸರಿ, ಎದೆ ಇತ್ತು. ಪಕ್ಕೆಲುಬುಗಳಿಂದ ಒಂದು ಬದಿಯ ಗಾಯ, ಬಲಭಾಗವೂ ಇತ್ತು. ಮತ್ತು ಒಂದು ಗುಂಡು ಅವನ ಕೈಗೆ ಬಡಿಯಿತು. ಇಎಂಟಿ ಅದನ್ನು ಕಂಡುಹಿಡಿದಿದೆ. ಪತ್ತೆದಾರರು ನನ್ನ ಬಂದೂಕನ್ನು ಪರಿಶೀಲಿಸಿದರು. ನಾನು ಎಲ್ಲಾ ಆರು ಸುತ್ತುಗಳನ್ನು ಹಾರಿಸಿದ್ದೇನೆ. "

ನಗದು ಮೇಜಿನ ಉದ್ದಕ್ಕೂ ತಲುಪಿ ಮೈಲ್ಸ್ ಭುಜವನ್ನು ತೂರಿಸಿತು. “ಇದು ತುಂಬಾ ಕ್ಲೀನ್ ಶೂಟಿಂಗ್‌ನಂತೆ ತೋರುತ್ತದೆ, ಮಗ. ಸ್ಯಾಂಚೆ z ್ ಜೊತೆಗೆ ಹೋದರೆ ಮತ್ತು ಅಪರಾಧ ದೃಶ್ಯ ಘಟಕವು ಆ ಎರಡು ರೈಫಲ್ ಹೊಡೆತಗಳನ್ನು ದೃ ms ಪಡಿಸಿದರೆ, ನೀವು ವಾಲ್ಟ್ಜ್ ಕಡ್ಡಾಯ ಗ್ರ್ಯಾಂಡ್ ಜ್ಯೂರಿ ವಿಚಾರಣೆಯ ಮೂಲಕ. ನೀವು ಮಾಡಲು ಒತ್ತಾಯಿಸಿದ್ದನ್ನು ನೀವು ಮಾಡಿದ್ದೀರಿ. ನೀವು ಅದನ್ನು ಅರಿತುಕೊಳ್ಳಬೇಕು, ಸ್ವಲ್ಪ ಶಾಂತಗೊಳಿಸಿ. "

ಮೈಲ್ಸ್ ನಗದು ಕಡೆಗೆ ನೋಡಿದರು, ಅವನ ದುಃಖದ ಕಣ್ಣುಗಳು ಮುಚ್ಚಿಹೋಗಿವೆ. “. ನಗದು, "ಅವರು ಮೃದುವಾಗಿ ಕೇಳಿದರು. "ನೀವು ಎಂದಾದರೂ ಕಣ್ಣೀರಿಟ್ಟಿದ್ದೀರಾ?"

ಪ್ರಶ್ನೆ ವಯಸ್ಸಾದವನನ್ನು ಆಶ್ಚರ್ಯಗೊಳಿಸಿತು. "ಖಂಡಿತ, ಮಗ, ಎಲ್ಲರೂ ಅಳುತ್ತಾರೆ" ಎಂದು ಅವರು ಹೇಳಿದರು. "ಯೋಚಿಸಬೇಡಿ ಏಕೆಂದರೆ ನೀವು ಒಬ್ಬ ವ್ಯಕ್ತಿ ಅಥವಾ ಪೊಲೀಸ್ ಅಧಿಕಾರಿಯಾಗಿದ್ದೀರಿ ಏಕೆಂದರೆ ನಿಮಗೆ ಅಳಲು ಅವಕಾಶವಿಲ್ಲ."

ಮೈಲ್ಸ್ ತಲೆಯನ್ನು ತೀವ್ರವಾಗಿ ಅಲ್ಲಾಡಿಸಿ ತನ್ನ ಸೀಟಿನಲ್ಲಿ ಮುಂದಕ್ಕೆ ವಾಲುತ್ತಿದ್ದ. ಅವರ ಸ್ವರವು ಅರ್ಥಮಾಡಿಕೊಳ್ಳಲು ನಗದು ಕೇಳಿದೆ. “ಅಳಬೇಡ. ನಾನು ಅಳುವ ಬಗ್ಗೆ ಮಾತನಾಡುತ್ತಿದ್ದೇನೆ. ನಾನು ಆ ವ್ಯಕ್ತಿಯನ್ನು ನೋಡಿದಾಗ, ನಾನು ಅವನ ಪಕ್ಕದ ಮುಖಮಂಟಪದಲ್ಲಿ ಕುಳಿತು ನಾನು ಕಣ್ಣೀರಿಟ್ಟೆ. ನನ್ನ ಪ್ರಕಾರ, ನಿಜವಾಗಿಯೂ ಕಣ್ಣೀರಿಟ್ಟರು. ನನ್ನ ಇಡೀ ಜೀವನದಲ್ಲಿ ನಾನು ಅದನ್ನು ಎಂದಿಗೂ ಮಾಡಲಿಲ್ಲ; ನಾನು ಅಳುತ್ತಿದ್ದೇನೆ ಎಂದು ಖಚಿತವಾಗಿ - ನೋವು, ಹತಾಶೆ, ಕೋಪ, ದುಃಖದಿಂದ, ಆದರೆ ನಾನು ಎಂದಿಗೂ ಅಳಲಿಲ್ಲ. ಈ

ರಾತ್ರಿಯವರೆಗೆ ಅಲ್ಲ. "

ನಗದು ತನ್ನ ಸೀಟಿನಲ್ಲಿ ನೇರಗೊಳಿಸಿತು. ಯೇಸು, ಅವನು ಯೋಚಿಸಿದನು, ಮಗು ನಿಜವಾಗಿಯೂ ಇದನ್ನು ಕಠಿಣವಾಗಿ ತೆಗೆದುಕೊಳ್ಳುತ್ತಿದೆ. ಅಳುವುದು ಮತ್ತು ಅಳುವುದು ಈ ಎಲ್ಲ ಲದ್ದಿ, ಸ್ವಲ್ಪ ವ್ಯತ್ಯಾಸವಿದೆ ಎಂಬಂತೆ. "ನೋಡಿ, ಮಗ, ಇದು ಕಠಿಣ, ನಾವೆಲ್ಲರೂ ಅಳುತ್ತೇವೆ, ಮತ್ತು ನಿಮ್ಮನ್ನು ನೋಡಿದ ಯಾವುದೇ ಪೋಲೀಸ್ ಅದನ್ನು ಎಂದಿಗೂ ಉಲ್ಲೇಖಿಸುವುದಿಲ್ಲ. ಅದು ಮುಂದಿನ ಬಾರಿ ಆಗಿರಬಹುದು ಎಂದು ಅವರಿಗೆ ತಿಳಿದಿದೆ. "

ಮೈಲ್ಸ್ ತೀವ್ರವಾಗಿ ಪ್ರತಿಕ್ರಿಯಿಸಿತು, ಬಹುತೇಕ ಅವನ ಆಸನದಿಂದ ಮೇಲೇರಿತು. "ಇಲ್ಲ, ಡ್ಯಾಮ್ ಇಟ್," ಅವರು ಇದ್ದಕ್ಕಿದ್ದಂತೆ ಬಲವಾದ, ಸ್ಪಷ್ಟ ಧ್ವನಿಯಲ್ಲಿ ಹೇಳಿದರು. "ಇದು ಮಾಚೋ ವಿಷಯವಲ್ಲ, ಅದು ಅಳುವುದರ ಬಗ್ಗೆ ಅಲ್ಲ, ಅಳುವ ಬಗ್ಗೆ! . ನಾನು ಆ ವ್ಯಕ್ತಿ, ಅಥವಾ ಅವನ ಕುಟುಂಬ ಅಥವಾ ಅವನ ಸ್ನೇಹಿತರ ಬಗ್ಗೆ ಯಾರೂ ಕಾಳಜಿ ವಹಿಸಲಿಲ್ಲ. ನಾನು ಅವನ ದೇಹ, ಅವನ ರಕ್ತ ಮತ್ತು ಅವನ ಮೆದುಳು, ಅವನ ರಸಾಯನಶಾಸ್ತ್ರ, ಅವನ ಭಾಗಗಳು, ಅವನ ಫಕಿನ್ ಅಂಗರಚನಾಶಾಸ್ತ್ರದ ಬಗ್ಗೆ ಮಾತ್ರ ಕಾಳಜಿ ವಹಿಸಿದೆ. ಎಲ್ಲಾ ನಂಬಲಾಗದ ಯಂತ್ರೋಪಕರಣಗಳು, ಮುರಿದ, ಸತ್ತ. ಅದಕ್ಕಾಗಿ ನಾನು ಕಣ್ಣೀರಿಟ್ಟೆ. ಒಂದು ವೇಳೆ? ಯಾರೂ ಅದರ ಬಗ್ಗೆ ಯೋಚಿಸುವುದಿಲ್ಲ ಅಥವಾ ಕಾಳಜಿ ವಹಿಸುವುದಿಲ್ಲ. ಆದರೆ ಅಷ್ಟೆ, ಮಿಸ್ಟರ್ ಕ್ಯಾಶ್, ಕಾಳಜಿ ವಹಿಸುವುದು ಅಷ್ಟೆ. "

ನಗದು ಮತ್ತೆ ತನ್ನ ಸೀಟಿನಲ್ಲಿ ಒಲವು ತೋರಿತು. "ಆಲಿಸಿ, ಆಂಟನಿ, ನೀವು ದಣಿದಿದ್ದೀರಿ, ನೀವು ಅಸಮಾಧಾನಗೊಂಡಿದ್ದೀರಿ. ನೀವು ಇಲ್ಲಿ ಸಾಕಷ್ಟು ಅರ್ಥವನ್ನು ನೀಡುತ್ತಿಲ್ಲ, ಮತ್ತು ನಾಳೆ ಯಾರೂ ಆ ರೀತಿಯ ಮಾತನ್ನು ಪ್ರಶಂಸಿಸುವುದಿಲ್ಲ. ಅದು ಧ್ವನಿಸುವುದಿಲ್ಲ... ಸರಿಯಾಗಿ ಧ್ವನಿಸುವುದಿಲ್ಲ, ನಿಮಗೆ ಅರ್ಥವಾಗಿದೆಯೇ? "

ಮೈಲ್ಸ್ ತಲೆ ಅಲ್ಲಾಡಿಸಿ ಇದ್ದಕ್ಕಿದ್ದಂತೆ ಎದ್ದು ನಿಂತ. ಅವನು ಇನ್ನೂ ನಡುಗುತ್ತಿದ್ದನು. ಅವನು ಮೇಜಿನ ಸುತ್ತಲೂ ಕಿಟಕಿಯತ್ತ ಹೆಜ್ಜೆ ಹಾಕಿದನು. "ಅದು ಹೇಗೆ ಧ್ವನಿಸುತ್ತದೆ ಎಂದು ನನಗೆ ಹೆದರುವುದಿಲ್ಲ, ಇದು ನಿಜ. ಅಲ್ಲಿಯೇ ನೋಡಿ. " ಅವನು ಕಿಟಕಿಯ ಬಳಿ ಸನ್ನೆ ಮಾಡಿದನು. ಕಿಟಕಿ ಹೊರಗೆ ನೋಡುವಂತೆ ಮೈಲ್ಸ್ ಮೇಲೆ ಕಣ್ಣಿಡಲು ನಗದು ಸ್ವಲ್ಪ ಆತಂಕದಿಂದ ತಿರುಗಿತು. "ಕ್ಯಾಮ್ಡೆನ್ ನೋಡಿ. ಹೇಳಿ, ಒಬ್ಬ ವ್ಯಕ್ತಿಯು ಅತ್ಯಾಚಾರಿ, ಕೊಲೆಗಾರ, ಜಂಕಿಯಾಗಿದ್ದರೆ ಅವನಿಗೆ ಯಾವ ಮೌಲ್ಯವಿದೆ? ಅಥವಾ ಸುಳ್ಳುಗಾರ ಅಥವಾ ಮೋಸಗಾರ, ಅಥವಾ ಆ

ವಿಷಯಕ್ಕೆ ಸರಾಸರಿ ಬಾಸ್ಟರ್ಡ್ ಅಥವಾ ಸ್ಕಿನ್‌ಫ್ಲಂಟ್? ಅಲ್ಲಿ ಎಷ್ಟು ಜನರು ಆ ವಿವರಣೆಗೆ ಸರಿಹೊಂದುತ್ತಾರೆ, ಅಥವಾ ಆ ವಿವರಣೆಯ ಭಾಗ? ಕೆಲವು ಭಯೋತ್ಪಾದಕರು ಎಲ್ಲವನ್ನೂ ನರಕಕ್ಕೆ ಬೀಸಿದರೆ, ಏನು ಹೇಳಲಾಗುತ್ತದೆ? ಆ ಎಲ್ಲಾ ಬಡ ಜನರು, ಆ ಬಡ ಮಾನವರು ಕೊಲೆಯಾದರು. ಆದರೆ ಅವರು ಮಾತನಾಡುತ್ತಿದ್ದಾರೆ ... ಬೇರೆ ಯಾವುದರ ಬಗ್ಗೆ, ನಾನು ಹೇಳುವುದಕ್ಕಿಂತ ಸಂಪೂರ್ಣವಾಗಿ ಭಿನ್ನವಾದದ್ದು. ಅವರು ದೇಹಗಳು, ಯಂತ್ರೋಪಕರಣಗಳ ಬಗ್ಗೆ ಹೆದರುವುದಿಲ್ಲ. ಅದಕ್ಕಾಗಿಯೇ ನಾನು ಆ ವ್ಯಕ್ತಿಗಾಗಿ ಕಣ್ಣೀರಿಟ್ಟಿದ್ದೇನೆ, ಏಕೆಂದರೆ ನಾನು ಅವನ ದೇಹವನ್ನು ನಾಶಪಡಿಸಿದೆ. ಅವನ ಆತ್ಮವು ಅಸ್ತಿತ್ವದಲ್ಲಿದ್ದರೆ, ಅದು ಅವನಿಗೆ, ನನಗೆ ಅಥವಾ ಬೇರೆಯವರಿಗೆ ಕೆಟ್ಟದ್ದಲ್ಲ. ಮಾನವರು ಆಡಂಬರದ ಮೂರ್ಖರು, ಅವರು ತಮ್ಮನ್ನು ತಾವು ಆತ್ಮಗಳಿಗೆ ಪ್ರಶಸ್ತಿ ನೀಡುತ್ತಾರೆ ಆದ್ದರಿಂದ ಅವರು ಹಸು ಅಥವಾ ಮಂಗವನ್ನು ನೋಡಬಹುದು ಮತ್ತು "ನಾನು ಅದಕ್ಕಿಂತ ಉತ್ತಮ, ನಾನು ಮನುಷ್ಯ." ಹಾಗಾದರೆ ಏನು, ಶ್ರೀ.ನಗದು? ಯಾರಾದರೂ ನಿಜವಾಗಿಯೂ ಗಾಡ್ಡ್ಯಾಮ್ ಅನ್ನು ಹೇಗೆ ನೀಡಬಹುದು? "

ಅವನ ಕುರ್ಚಿಯಿಂದ ನಗದು ಏರಿತು ಮತ್ತು ಮೈಲ್ಸ್ ಹತ್ತಿರ ಹೋಯಿತು. ಕತ್ತಲಾದ ಗಾಜಿನಲ್ಲಿ ತನ್ನದೇ ಆದ ಪ್ರತಿಬಿಂಬದೊಂದಿಗೆ ಮಾತನಾಡುತ್ತಾ ಅವನು ಕಿಟಕಿಯನ್ನು ಎದುರಿಸಿದನು. “ಆಂಟನಿ, ನೀವು ಇಂದು ರಾತ್ರಿ ಒಬ್ಬ ವ್ಯಕ್ತಿಯನ್ನು ಕೊಂದಿದ್ದೀರಿ. ನೀವು ಈ ಕೆಲಸವನ್ನು ತೆಗೆದುಕೊಂಡಾಗ, ನೀವು ಕನಿಷ್ಟ ಒಂದು ಬಾರಿಯಾದರೂ ನಿಮ್ಮನ್ನು ಕೇಳಿಕೊಂಡಿರಬೇಕು, 'ನಾನು ಕೊಲ್ಲಲ್ಪಡುವ ಅವಕಾಶವನ್ನು ಪಡೆಯಲು ಸಿದ್ಧರಿದ್ದೇನೆಯೇ? ಯಾರನ್ನಾದರೂ ಕೊಲ್ಲುವ ಅವಕಾಶವನ್ನು ನಾನು ಸಿದ್ಧರಿದ್ದೇನೆ? ' ಸರಿ, ಇಂದು ರಾತ್ರಿ ಅದು ಸಂಭವಿಸಿತು, ಮಗ, ಮತ್ತು ನೀವು ಮಾಡಬೇಕಾದದ್ದನ್ನು ಮಾಡಿದ್ದೀರಿ. ನೀವು ಅದರ ಬಗ್ಗೆ ಎಲ್ಲಾ ತಾತ್ವಿಕತೆಯನ್ನು ಪಡೆಯಲು ಹೋದರೆ, ನೀವು ನಿಮಗೆ ತುಂಬಾ ದುಃಖವನ್ನು ಉಂಟುಮಾಡುತ್ತೀರಿ. ನೀವು ಇದೀಗ ಮೋರ್ಗ್ನಲ್ಲಿ ಮಲಗಿದ್ದರೆ ಅಥವಾ ನಿಮ್ಮ ಬೆನ್ನುಮೂಳೆಯಲ್ಲಿ ಗುಂಡು ಹಾರಿಸಿದ್ದರೆ ಅಥವಾ ನೀವು ತುಂಬಾ ದಾರ್ಶನಿಕರಾಗುವುದಿಲ್ಲ. ನೀವು ಒಬ್ಬ ಮನುಷ್ಯನನ್ನು ಕೊಂದಿದ್ದೀರಿ; ನೀವು ಅವನ ಆತ್ಮವನ್ನು, ಅವನ ದೇಹವನ್ನು ಅಥವಾ ಅವನ ದೇವರ ಹಲ್ಲೆಯನ್ನು ಕೊಂದಿದ್ದೀರಿ ಎಂದು ನೀವು ಭಾವಿಸಿದರೆ ನಾನು ಕೆಟ್ಟದ್ದನ್ನು ನೀಡುವುದಿಲ್ಲ. ಅವನು ಸತ್ತಿದ್ದಾನೆ ಮತ್ತು ನೀವು ಇಲ್ಲ. ಆದ್ದರಿಂದ ನೀವು ನಾಳೆ ಸಂದರ್ಶನ ಮಾಡಿದಾಗ, ನೀವು ಈ ಬುಲ್ಶಿಟ್ ಅನ್ನು ಮರೆತುಬಿಡುತ್ತೀರಿ ಮತ್ತು ನೀವು ಸತ್ಯಗಳನ್ನು ಮಾತನಾಡುತ್ತೀರಿ; ನೀವು ಅಡಿ ಮತ್ತು ಇಂಚುಗಳಲ್ಲಿ

ದೂರವನ್ನು ಮಾತನಾಡುತ್ತೀರಿ, ನೀವು ಬೆಳಕು ಮತ್ತು ಗೋಚರತೆಯನ್ನು ಮಾತನಾಡುತ್ತೀರಿ ಮತ್ತು ನೀವು ಪೊಲೀಸ್ ಕಾರ್ಯವಿಧಾನವನ್ನು ಮಾತನಾಡುತ್ತೀರಿ. ನೀವು ಅದನ್ನು ಮಾತನಾಡಲು ಬಯಸುತ್ತೀರಿ ಏಕೆಂದರೆ ಅದು ಅವರು ಕೇಳಲು ಬಯಸುತ್ತಾರೆ. ಅದನ್ನೇ ಅವರು ಕೇಳಬೇಕಾಗಿದೆ. ನಿಮಗೆ ಏನಾದರೂ ಸಮಸ್ಯೆ ಇದ್ದರೆ, ಪಾದ್ರಿಯೊಂದಿಗೆ ಮಾತನಾಡಿ. ನಿಮಗೆ ಅದನ್ನು ನಿಭಾಯಿಸಲು ಸಾಧ್ಯವಾಗದಿದ್ದರೆ, ಮನೋವೈದ್ಯರನ್ನು ಭೇಟಿ ಮಾಡಿ. ಇದು ಪೊಲೀಸ್ ಶೂಟಿಂಗ್ ಮತ್ತು ನಾವು ಸತ್ಯಗಳನ್ನು ಮಾತನಾಡುತ್ತೇವೆ, ಬುಲ್ಶಿಟ್ ಅಲ್ಲ. ಆಂಟನಿ, ನೀವು ನನ್ನನ್ನು ಅರ್ಥಮಾಡಿಕೊಂಡಿದ್ದೀರಾ? " ನಗದು ತಿರುಗಿ ಯುವ ಅಧಿಕಾರಿಯನ್ನು ಕಣ್ಣಿನಲ್ಲಿ ನೋಡಿದೆ. "ನೀವು ನನ್ನನ್ನು ಅರ್ಥಮಾಡಿಕೊಂಡಿದ್ದೀರಾ?" ಅವನು ರಕ್ತದ ಹೊಡೆತದ ಕಣ್ಣಿಗೆ ಹಿಂತಿರುಗಿ ನೋಡುತ್ತಿದ್ದನು.

"ಹೌದು ನನಗೆ ಅರ್ಥವಾಗಿದೆ. ಇದು ನಿಮಗೆ ಅರ್ಥವಾಗುವುದಿಲ್ಲ. ನೀವು ನನ್ನ ವಿಷಯವನ್ನು ಸಾಬೀತುಪಡಿಸುತ್ತೀರಿ. ಪ್ರಶ್ನೆಗಳಿಗೆ ಉತ್ತರಿಸಿ, ಫಾರ್ಮ್‌ಗಳನ್ನು ಭರ್ತಿ ಮಾಡಿ, ಶವವನ್ನು ಟೋ ಟ್ಯಾಗ್ ಮಾಡಿ ಮತ್ತು ಅದರ ಕೆಳಗೆ ಸಲಿಕೆ ಮಾಡಿ. ನಂತರ ಭಾನುವಾರ ಮಾತನಾಡುವ ಆತ್ಮ ಮತ್ತು ಆತ್ಮ... "ಮೈಲ್ಸ್ ವಿರಾಮಗೊಳಿಸಿ ತನ್ನ ಕುರ್ಚಿಗೆ ಮರಳಿದರು. ಅವನು ಭಾರವಾಗಿ ಕುಳಿತು ಮೃದುವಾಗಿ ಮಾತಾಡಿದನು. "ನಾನು ಏನು ಹೇಳುತ್ತಿದ್ದೇನೆಂದು ನನಗೆ ತಿಳಿದಿಲ್ಲ. ಬಹುಶಃ ನೀವು ಹೇಳಿದ್ದು ಸರಿ. ಬಹುಶಃ ಯಾವುದೇ ಕೆಟ್ಟ ವಿಷಯ. ಇದು ಮುಂಜಾನೆ ಮತ್ತು ನಾನು ಒಂದು ವಾರದ ಹಿಂದೆ ಕೆಲಸಕ್ಕೆ ಬಂದಂತೆ ಭಾಸವಾಗುತ್ತಿದೆ. ನಾನು ಈಗ ಮನೆಗೆ ಹೋಗಬಹುದೇ? "

ನಗದು ಮತ್ತೆ ಕಿಟಕಿಗೆ ತಿರುಗಿತು. "ನಿಮ್ಮ ಬಂದೂಕುಗಳು ಎಲ್ಲಿವೆ?"

"ಪತ್ತೆದಾರರು ಅವರನ್ನು ಕರೆದೊಯ್ದರು. ಅವರು ನನಗೆ ರಶೀದಿ ನೀಡಿದರು. " ಮೈಲ್ಸ್ ಸುಕ್ಕುಗಟ್ಟಿದ ಕಾಗದವನ್ನು ತಯಾರಿಸಿ ಮೇಜಿನ ಮೇಲೆ ಇರಿಸಿತು.

ನಗದು ಅದನ್ನು ನೋಡಿದೆ. "ಸರಿ, ಅದನ್ನು ದೂರವಿಡಿ, ಅದನ್ನು ಹಿಡಿದುಕೊಳ್ಳಿ. ಕಾರ್ಯವಿಧಾನ ನಿಮಗೆ ತಿಳಿದಿದೆ. ನೀವು ಶೂಟಿಂಗ್ ಅನ್ನು ತೆರವುಗೊಳಿಸುವವರೆಗೆ ನಿಮ್ಮನ್ನು ಮೇಜಿನ ಕೆಲಸಕ್ಕೆ ಮರು ನಿಯೋಜಿಸಲಾಗುತ್ತದೆ. ನಾಳೆ ನಾವು ಮತ್ತೆ ಮಾತನಾಡುತ್ತೇವೆ ಮತ್ತು ಟಿ ಗಳನ್ನು ದಾಟಿ ನಾನು ಡಾಟ್ ಮಾಡುತ್ತೇನೆ. ನಂತರ ನೀವು ನಿಮ್ಮ ಅಧಿಕೃತ ಸಂದರ್ಶನಕ್ಕೆ ಕುಳಿತುಕೊಳ್ಳುತ್ತೀರಿ. ವಿಷಯಗಳನ್ನು ಮೇಲ್ವಿಚಾರಣೆ ಮಾಡಲು ನಾನು ವೈಯಕ್ತಿಕವಾಗಿ ಇರುತ್ತೇನೆ. " ಮೈಲ್ಸ್ ಎದ್ದು ಕೋಣೆಯಿಂದ ಹೊರಡಲು

ಪ್ರಾರಂಭಿಸಿತು. "ಇನ್ನೊಂದು ವಿಷಯ," ನಗದು ಮನುಷ್ಯನ ಬೆನ್ನಿಗೆ ಹೇಳಿದರು. “ಮನೆಯಲ್ಲೇ ಇರಿ. ನೆಗ್ರಾನ್ ನಿಮ್ಮನ್ನು ನೇರವಾಗಿ ಮನೆಗೆ ಕರೆದುಕೊಂಡು ಹೋಗಿ ಅಲ್ಲಿಯೇ ಇರಲಿ. ಶೂಟಿಂಗ್ ಬಗ್ಗೆ ಯಾರೊಂದಿಗೂ ಮಾತನಾಡಬೇಡಿ, ನೆಗ್ರಾನ್ ಕೂಡ ಇಲ್ಲ. ನಾಳೆ ನಾನು ನಿಮಗೆ ಕರೆ ಮಾಡುತ್ತೇನೆ. ”

ಮೈಲ್ಸ್ ಬಾಗಿಲಿನ ಗುಬ್ಬಿ ಮೇಲೆ ಕೈ ಇಟ್ಟು ಪ್ರಾರಂಭಿಸಿದರು. ಹೊರಡುವ ಮೊದಲು ಅವರು ನಿಧಾನವಾಗಿ ತಿರುಗಿ ಮಾತನಾಡಿದರು. “. ನಗದು, ”ಅವರು ಮೃದುವಾಗಿ ಹೇಳಿದರು. ನಗದು ಯುವ ಪೋಲೀಸ್ ಕಡೆಗೆ ನೋಡಿದೆ. “ಎಲ್ಲರೂ ಏನು ಯೋಚಿಸುತ್ತಾರೆಂದು ನನಗೆ ತಿಳಿದಿದೆ. ನಿಮ್ಮ ಅನಿಸಿಕೆ ನನಗೆ ತಿಳಿದಿದೆ. ಟುನೈಟ್, ಬೇರೆ ಯಾವುದೇ ಪೋಲೀಸ್ ಕೆಲವು ವಕೀಲರನ್ನು ಶಾಲೆಯಿಂದಲೇ ನಿಯೋಜಿಸಬಹುದಿತ್ತು. ಆದರೆ ನನ್ನ ತಂದೆಯ ಕಾರಣ, ನೀವು ವೈಯಕ್ತಿಕವಾಗಿ ತೋರಿಸಿದ್ದೀರಿ. ಅದಕ್ಕಾಗಿ ಅವನು ಎಷ್ಟು ಕೃತಜ್ಞನಾಗಿರುತ್ತಾನೆ ಎಂದು ನಿಮಗೆ ತಿಳಿದಿದೆ ಎಂದು ನನಗೆ ಖಾತ್ರಿಯಿದೆ. "

ನಗದು ತಟಸ್ಥ ಅಭಿವ್ಯಕ್ತಿಯನ್ನು ಧರಿಸಿತ್ತು. ",".

"ಆದರೂ ನೀವು ಏನನ್ನಾದರೂ ಅರ್ಥಮಾಡಿಕೊಳ್ಳಬೇಕು. ಪ್ರತಿಯೊಬ್ಬರೂ ಏನನ್ನಾದರೂ ಅರ್ಥಮಾಡಿಕೊಳ್ಳಬೇಕೆಂದು ನಾನು ಬಯಸುತ್ತೇನೆ. ನನ್ನ ತಂದೆ ಬಯಸಿದ ವಿಶ್ವದ ಕೊನೆಯ ವಿಷಯವೆಂದರೆ ನಾನು ಪೋಲೀಸ್ ಆಗುವುದು. ಅವರು ನನ್ನ ಮನಸ್ಸನ್ನು ಬದಲಿಸಲು ತಮ್ಮ ಅತ್ಯುತ್ತಮ ಪ್ರಯತ್ನ ಮಾಡಿದರು, ಮತ್ತು ಅವರು ಸಾಧ್ಯವಾಗದಿದ್ದಾಗ ಅವರು ಕ್ಯಾಮ್ಡೆನ್ ಪಿಡಿಗಾಗಿ ಕೆಲಸ ಮಾಡುವುದರಿಂದ ನನ್ನನ್ನು ಮಾತನಾಡಲು ಪ್ರಯತ್ನಿಸಿದರು ಆದರೆ ಅವರು ಅದನ್ನು ಮಾಡಲು ಸಾಧ್ಯವಾಗಲಿಲ್ಲ. ಕ್ಯಾಮ್ಡೆನ್, ಮಿಸ್ಟರ್ ಕ್ಯಾಶ್ ನಲ್ಲಿ ಕೆಲವು ಒಳ್ಳೆಯ ಜನರಿದ್ದಾರೆ. ಅವರು ತಮ್ಮ ಜೀವನವನ್ನು ರೂಪಿಸಿಕೊಳ್ಳಲು ಪ್ರಯತ್ನಿಸುತ್ತಿದ್ದಾರೆ. "

ಕೋಣೆಗೆ ಪ್ರವೇಶಿಸಿದ ನಂತರ ಮೊದಲ ಬಾರಿಗೆ, ಸಣ್ಣ, ದಣಿದ ನಗು ಅವನು ಮುಂದುವರಿಯುತ್ತಿದ್ದಂತೆ ಮೈಲ್ಸ್ ಮುಖವನ್ನು ಮುಟ್ಟಿತು.

"ನಾನು ಅದನ್ನು ಮಾಡಲು ಅವರಿಗೆ ಸಹಾಯ ಮಾಡಲು ಬಯಸುತ್ತೇನೆ. ನಾನು ಬಯಸಿದ್ದು ಅಷ್ಟೆ. ಇತರ ಪೊಲೀಸರು, ಅವರು ನನ್ನೊಂದಿಗೆ ಅಷ್ಟೇನೂ ಮಾತನಾಡುವುದಿಲ್ಲ. ಕರ್ತವ್ಯ ಸಾರ್ಜೆಂಟ್‌ನಂದ ಹೊರಬಂದ ಕಾರಣ ನೆಗ್ರಾನ್ ಮತ್ತು ಸ್ಯಾಂಚೆ z ್ ನನ್ನನ್ನು ಪಾಲುದಾರರನ್ನಾಗಿ ಮಾಡಿದ್ದಾರೆ. ಆದರೆ ಅವರು ನನ್ನನ್ನು ತಪ್ಪಾಗಿ ಗ್ರಹಿಸಿದ್ದಾರೆ. ”

ಅವನು ಕೊಠಡಿಯಿಂದ ಹೊರಹೋಗುತ್ತಿದ್ದಂತೆ ಮಾತನಾಡುತ್ತಾ ಬಾಗಿಲಿಗೆ ಹಿಂತಿರುಗಿದನು.

"ನಾನು ಸಹಾಯ ಮಾಡಲು ಪ್ರಯತ್ನಿಸುತ್ತಿದ್ದೆ."

ಮೈಲ್ಸ್ ಹೋದಾಗ, ನಗದು ಅವನ ಹಿಂದೆ ಕಿಟಕಿಯ ಕಡೆಗೆ ತಿರುಗಿತು, ನಿಧಾನವಾಗಿ ಸಾಯುತ್ತಿರುವ ರಾತ್ರಿಯ ಆಕಾಶದ ವಿರುದ್ಧ ತಳ್ಳಲು ಪ್ರಾರಂಭಿಸಿದಾಗ ಅವನ ತಣ್ಣನೆಯ ಬೂದು ಕಣ್ಣುಗಳು ಮುಂಜಾನೆ ಬೆಳಕನ್ನು ಅಧ್ಯಯನ ಮಾಡುತ್ತಿದ್ದವು.

ಅವರು ಸ್ವಲ್ಪ ಸಮಯದವರೆಗೆ ಏಕಾಂಗಿಯಾಗಿ ನಿಂತರು. ಮುಖಮಂಟಪದ ಹಿಂಭಾಗದ ಕವರ್ ಸ್ಥಾನದಿಂದ ನೆಗ್ರಾನ್ ಏಕೆ ಗುಂಡು ಹಾರಿಸಲಿಲ್ಲ ಎಂದು ಅವನು ಆಶ್ಚರ್ಯಪಟ್ಟನು.

ಸ್ಯಾಂಚೆ z ◌್ ಏಕೆ ವಜಾ ಮಾಡಲಿಲ್ಲ ಎಂದು ಅವರು ಆಶ್ಚರ್ಯಪಟ್ಟರು.

ಮತ್ತು ಕ್ಯಾಮ್ಡೆನ್ ಆಕಾಶವು ಪ್ರಕಾಶಮಾನವಾಗಿ ಬೆಳೆದಂತೆ, ಅಂಗಗಳು ಮತ್ತು ಮಿದುಳುಗಳು, ನರಗಳು ಮತ್ತು ಕಿಣ್ವಗಳು, ಅಂಗರಚನಾಶಾಸ್ತ್ರ ಮತ್ತು ಆತ್ಮಗಳ ಬಗ್ಗೆ ಅವರು ಆಶ್ಚರ್ಯಪಟ್ಟರು.

"ಬೇರೆ ಯಾವುದೇ ಕಥೆಗಳೊಂದಿಗೆ ಮತ್ತೆ ಭೇಟಿಯಾಗೋಣ ಮತ್ತು ಮುಂದಿನದು ತಮಾಷೆಯಾಗಿರುತ್ತದೆ ಎಂದು ನಾನು ಭಾವಿಸುತ್ತೇನೆ"

www.ingramcontent.com/pod-product-compliance
Lightning Source LLC
La Vergne TN
LVHW091934070526
838200LV00068B/1187
* 9 7 8 1 6 3 9 4 0 6 0 4 3 *